सिनेमाळलेलं माहेर

वि.आ.बुवा

सिनेमाळलेलं माहेर

वि.आ.बुवा

दिलीपराज प्रकाशन प्रा. लि.

२५१ क, शनिवार पेठ, पुणे - ४११ ०३०.

सिनेमाळलेलं माहेर
Cinemallela Maher

प्रकाशक
राजीव दत्तात्रय बर्वे
मॅनेजिंग डायरेक्टर
दिलीपराज प्रकाशन प्रा. लि.
२५१ क, शनिवार पेठ, पुणे ४११ ०३०

प्रथमावृत्ती - १५ सप्टेंबर २०१०

प्रकाशन क्रमांक - १८२९

ISBN - 978-81-7294-835-1

मुद्रक
Repro India Limited, Mumbai.

टाईपसेटिंग
पितृछाया मुद्रणालय,
९०९, रविवार पेठ, पुणे - ४११ ००२

मुखपृष्ठ - सुहास चांडक

Website: www. diliprajprakashan.com
Email: diliprajprakashan@yahoo.in

एकमेकांशी वैयक्तिक स्वरूपाचा प्रत्यक्ष परिचय नसतानाही,
केवळ माझ्या साहित्याच्या गुणवत्तेमुळे 'नवयुग'
साप्ताहिकातील अतिशय लोकप्रिय असलेले सदर
पुढे चालू ठेवण्यासाठी माझी निवड केली आणि
प्रत्यक्ष लेखन सुरू केल्यावर, निवड योग्य
असल्याची शाबासकी ज्यांनी मला दिली
ते साहित्यसम्राट मराठी सिंह आचार्य प्र. के. अत्रे
यांना आदरपूर्वक

वि. आ. बुवा

– अनुक्रमणिका –

.१.

वज्रपाणी - वज्रवाणी

वज्रपाणी आणि वज्रवाणी ही दोन सॉलीड विशेषणं लावायला ती व्यक्ती 'हायली टेंपर्ड स्टील'ची असावी लागते. असं व्यक्तिमत्त्व फार थोड्यांना लाभतं. बाकीचे बहुतेक चक्रपाणी (मोटारीचं चक्र ज्याच्या हातात असतं ते) किंवा क्षुद्रवाणी (मिळमिळीत बोलणारे) असे चक्रपाणी आणि क्षुद्रवाणी जन खूप मोठ्या संख्येनं असतात. त्यानां उद्देशून त्यांचं सामान्यत्व दर्शविण्यासाठी त्यांना श्री. वगैरे वगैरे यांचेकडे पाठवलं जातं. वगैरे वगैरे ही जोडी आली की, सामान्य जनांना बाहेरच्या बाहेर पिटाळलं जातं.

परंतु श्रीयुत वज्रपाणी-वज्रवाणी यांचं कर्तृत्वच निराळं. संस्कृतमध्ये 'पाणि' म्हणजे हात. ज्याच्या हातात चक्र तो चक्रपाणी आणि वाणी म्हणजे बोलणं. ज्याच्या हातात जणू वज्र आहे आणि ज्याचं बोलणं वज्राप्रमाणे घणाघाती आहे असं एक व्यक्तिमत्त्व आहे. त्याचं नाव बाळासाहेब ठाकरे आहे. बाळ म्हणजे शब्दार्थाच्या दृष्टीनं लहान लेकरू, परंतु महाराष्ट्रात मात्र बाळ म्हणजे महापुरुष अशी व्याख्या करावी लागते. आद्य पत्रकार बाळशास्त्री जांभेकर, जहाल पत्रकार बाळ गंगाधर टिळक आणि ज्वलंत पत्रकार आणि चित्रकार बाळ केशव ठाकरे याशिवाय आणखी कितीतरी बाळ महाराष्ट्रात प्रसिद्ध आहेत.

बाळासाहेब आणि त्यांचे वडील प्रबोधनकार ठाकरे दोघेही हाडाचे पत्रकार म्हणून सॉलीड काटक!

जाज्वल्य हिंदुधर्मप्रेम आणि मराठी बाणा ही त्यांच्या

स्वभावाची प्रमुख दोन दर्शने. मिळमिळीत व्यक्तिमत्त्व विरहित असं 'धर्मनिरपेक्षपण' आणि खणखणीत हिंदुत्वप्रेम असं चित्र समाजात आहे. 'धर्मनिरपेक्ष' म्हणजे नेमकं काय याची व्याख्याही कुणी सांगत नाही. परंतु गवगवा मात्र खूप! त्यावर उपाय म्हणजे हिंदुत्वावर अभिमानानं प्रेम, हे बाळासाहेबांनी दाखवून दिलं आहे. म्हणून तर त्यांना हिंदुहृदयसम्राट म्हणतात. त्यांनी घडवलेले, उच्च पदांवर चढवलेले काहीजण अन्य प्रलोभनासाठी अन्यत्र गेले. त्यामुळे काहीही कमी झालं नाही. पुन्हा बाळासाहेब आहेत तसेच आहेत. वयाच्या ८२ व्या वर्षीही करिष्मा टिकवून आहेत.

स्वत:ची संस्था, संघटना निर्माण केली या गोष्टीला आता ४० वर्षे होऊन गेली. चाळीस वर्षे बाळासाहेबांचं एकचालकानुवर्ती नेतृत्व त्यांचे असंख्य अनुयायी मनापासून मानतात. भावी राष्ट्रपती पदग्रहणापूर्वी बाळासाहेबांना भेटून जातात. केवढं मोठं व्यक्तिमत्त्व! त्यांच्याभोवती नेतृत्वाचं वलय आहे. बाळासाहेबांना वडलांकडून दोन गोष्टी वारसा हक्कानं मिळाल्या. एक आताच सांगितली आहे आणि दुसरी म्हणजे जहाल बोलणं. कुणाचं बलस्थान हे असतं तर कुणाचं ते. प्रत्येकी एकेक. वाघ-त्याची नखं, हत्ती-त्याची शक्ती वगैरे. परंतु बाळासाहेबांची बलस्थानं तीन आहेत. वाणी, लेखणी आणि कुंचला. तिन्हींचा फटकारा जबरदस्त. जो जोश वाणीत, तो जोश लेखणीत तोच जोश कुंचल्यानं काढलेल्या चित्रात. कुंचल्याचा फटकाराही जबरदस्त! वाणी आणि लेखणी दोन्हींची कामं त्यांच्या हातातला ब्रश करतो. हेही सुपरिचित आहे. चित्र काढताना वेग आणि दणका विलक्षण असतो.

बाळासाहेबांचा याविषयीचा अनुभव सांगतो. मी मुंबईतील एका प्रख्यात तांत्रिक महाविद्यालयात (व्हीजेटीआय) नोकरीला होतो. गोष्ट जुनी आहे. साधारण १९७० च्या थोडी आधीची. मी तिथल्या मराठी वाङ्मय मंडळाचा अध्यक्ष होतो. मंडळातर्फे विविध मराठी कार्यक्रम होत असत. शिवसेना त्या काळात तशी नवीनच होती. आम्ही त्यांना व्यंगचित्रांचं प्रात्यक्षिक करून दाखवण्यासाठी निमंत्रित केलं होतं. त्याप्रमाणे ते आले. पूर्ण आकाराचे बरेच ड्रॉईंग पेपर फळ्यावर अगोदर लावून ठेवा असं त्यांनी आधी सांगितलं होतं. त्याप्रमाणे लावून ठेवले होते. बाळासाहेब हातात क्रेयॉन पेन्सिल घेऊन उभे राहिले. काढणार असलेल्या चित्राबद्दल बोलत बोलत काही सेकंदात एकेका प्रसिद्ध व्यक्तीचं चित्र काढत होते. सेकंदात हा शब्द बरोबर आहे. साठ सेकंदाचा एक मिनिट व्हायला तसा बराच वेळ लागतो. सेकंद काटा बारावर आल्यावर टक लावून बघत बसा. पुन्हा बारावर येईपर्यंत कंटाळा येतो. त्याहीपेक्षा कमी वेळात मोजक्या रेषांत हुबेहूब व्यक्तिमत्त्व दाखवणारं व्यंगचित्र ते काढत होते. आम्ही सर्व प्रेक्षक एकापाठोपाठ एक अशा प्रकारे थक्क होत होतो. उगीच एक फटकारा मारून दोन फुगीर गाल काढले. झाले दोन सेकंद, वर

अर्धवर्तुळ काढलं. एक सेकंदात डोकं तयार. दोन सेकंदांत दोन ओठ, पुढच्या दोन तीन सेकंदात तोंडात जाडजूड चिरुट, पुढं दोन सेकंदात त्याचा धूर, झालं चित्र तयार. विद्यार्थी उत्स्फूर्तपणे ओरडले, 'चर्चिल!' तो कागद काढला. दुसरं चित्र सुरू. वेळ मोजणं वरीलप्रमाणेच. प्रथम काहीशा नागमोडी वळणाच्या वरून खाली अशा उतरत्या रेषा, खांदा, दोन तीन फटक्यात साडीचा पदर वाटावा असं दृश्य. डोळे काढले, ओठ काढले; टिपिकल आणि काहीसं टोकदार नाक काढलं. चार दोन रेषा इकडे तिकडे काढल्या, घड्याळातले पंधरा सेकंद व्हायच्या आतच सर्वजण टाळ्या वाजवत उद्गारले, 'इंदिरा गांधी!' ब्रशाच्या फटकाऱ्यात डावीकडे जास्त अशा पद्धतीचा आणि कपाळाकडे टोकदार होणारा केसांचा भांग आणि जिथं नाकाची खालची बाजू आणि ओठाची वरची असते त्या ठिकाणी फक्त दोन भरीव काळे चौकोन काढून, चेहऱ्याची मर्यादा रेषा काढली. सर्वजण ओरडले 'हिटलर'. त्या दिवशी बाळासाहेबांनी फक्त काही सेकंदात त्यावेळच्या बाळ ठाकरे यांनी हुबेहूब राजकीय व्यंगचित्रं काढून धमाल केली. त्यांच्या रेषेत जबरदस्त फोर्स आहे. मिळमिळीत रेषेची त्यांच्या बाजूला फिरकण्याची काय टाप लागली.

पुराणातील अग्नी या देवाला दोन तोंडं असतात. ही दोन्ही तोंडं बाळासाहेबांना प्रसन्न आहेत. अग्नीचं एक तोंड बाळासाहेबांच्या लेखणीत जाऊन बसलं आणि दुसरं तोंड त्यांच्या तोंडात. याचा परिणाम बाळासाहेब लेखणीतून आणि भाषणातून सतत आग ओतत राहिले. व्यक्तिमत्त्व एकदंरीत हायली इनफ्लमेबल! त्याच्या झळा अनेकांना लागल्या. निधडी छाती म्हणजे काय हे पाहण्यासाठी १०० किलो वजनाच्या पहिलवानाची भेट घ्यायला नको. कारण त्या मानानं अल्प परिघाची अशी बाळासाहेबांची छाती अधिक निधडी आहे. निधड्या छातीसाठी मोठ्या परिघाची आवश्यकता नसते, हे बाळासाहेबांनी दाखवून दिलं आहे. बोलण्यातला सडेतोडपणा हा वडिलोपार्जित वारसा आहे. आवाजही सडेतोडपणाला साजेसा खणखणीत. भाषा शुद्ध, शब्दोच्चारण शुद्ध, दोन शब्दांच्या उच्चारांमध्ये किंचित अंतर, जसं लिहिलेल्या किंवा छापलेल्या दोन शब्दांत असतं तसं. त्यामुळे श्रोत्यांना सहज आकलन होतं. वक्तृत्वाची त्यांना नैसर्गिक देणगी आहे. शारीरिक वजन मर्यादित आहे. त्यामुळे त्यांच्यावर प्रेम करणाऱ्यांनी त्यांची प्लॅटिनमतुला केली तरी परवडेल असा अंदाज आहे. खरं म्हणजे प्लॅटिनम सोन्यापेक्षा महाग असतं म्हणून प्लॅटिनम तुला म्हटलं.

दसऱ्याच्या दिवशी शिवाजी उद्यानात प्रचंड मेळावा आणि तिथे बाळासाहेबांचं अमोघ शैलीतलं भाषण चाळीस वर्ष चालू आहे. त्यांचं भाषण म्हणजे धबधबा आणि दबदबासुद्धा.

१९५०च्या आगे मागे, मुंबईतील 'फ्री प्रेस ग्रुप' मध्ये दोन तरुण व्यक्ती चित्रकार म्हणून नोकरीला लागल्या. त्याचवेळी एक तरुण या ग्रुपच्या नवशक्ती पत्रात नवीन लेखक म्हणून दर रविवारी लिहित होता. वाचकहो, कोण बरे त्या दोन व्यक्ती? (हरी नारायण आपटे स्टाईल) तिसरं नाव नंतर बघू. एका चित्रकाराचं नाव आर. के. लक्ष्मण आणि दुसऱ्या चित्रकाराचं नाव बाळ ठाकरे. आपल्याकडे दोन रत्नं आहेत याचा त्या ग्रुपला पत्ताच नव्हता असं दिसतं. हे दोन चित्रकार किती मोठे आहेत हे सगळ्या जगाला माहीत आहे. (जाता जाता त्या तिसऱ्या तरुणाचं नाव वि. आ. बुवा - तेवढीच त्या दोघांशी जवळीक. पुन्हा आणखी एक कंस (बाळासाहेबांचं आणि बुवांचं जन्मवर्ष एकच १९२६ आतला कंस पूर्ण) आता बाहेरचा कंस पूर्ण) मध्यंतरी काही काळ 'मार्मिक' मध्ये दर आठवड्याला लिहिण्याचा योगही आला होता. त्यावेळी आनंद वाटला. सिद्धार्थ महाविद्यालयात त्यांच्या आणि माझ्या भाषणाचा एकत्र योग एकदा आला होता. मराठी लोकांचा बाणेदारपणा दाखवणारं एक वाक्य सुप्रसिद्ध आहे. 'मराठा मोडेल पण वाकणार नाही' हे वाक्य दणकेबाज वाटतं परंतु या वाक्याचा पूर्वार्ध आहे 'मोडेल'! वाकणार नाही, हा बाणेदारपणा ठीक आहे पण 'मोडेल' हा आत्मघातकीपणा कशाला? बाळासाहेबांनी हे 'अर्ध-दणकेबाज' कागदावर दुरुस्त केलं. 'दुरुस्त्युत्तर' वाक्य असं असणार. 'मराठा मोडणारही नाही आणि वाकणारही नाही!' बाळासाहेबांच्या कर्तृत्वाचा एका वाक्यात फोटो क्लिक!

वाढदिवसाप्रीत्यर्थ बाळासाहेबांना अनेकानेक शुभेच्छा! (कोटी कोटी शुभेच्छा, म्हणत नाही; कारण एकावर किती शून्यं दिल्यावर कोटी ही संख्या होते याचा अजूनही घोटाळा होतो कारण गणित न येणं ही आमच्या घराण्याची वंशपरंपरा चालू आहे.) मला भावलेले बाळासाहेब असे आहेत.

.२.

विनोदाच्या गिरण्या

रंजन, भंजन आणि अंजन हे विनोदाचं खरं मुख्य कार्य आहे. मनोरंजन करणं, वाईट रूढीचं भंजन करणं आणि सामाजिक जाणिवेचं अंजन घालणं ही तीन कार्ये विनोदाकडून अपेक्षित असतात. त्यापैकी 'सवंग मनोरंजन' एवढंच कार्य विकृत स्वरूपात चालू आहे. भंजन आणि अंजन यांना सुट्टी देऊन टाकली आहे. पुन्हा बुद्धिगम्य आणि मनोज्ञ विनोदी साहित्य, विनोदी चित्रपट, विनोदी नाटकं, दिवाळी अंक मोठ्या प्रमाणात निर्माण होवोत अशी अपेक्षा आहे.

समर्थांनी मागेच, सुमारे साडेतीनशे वर्षांपूर्वी लिहून ठेवलं आहे. दासबोधात ते म्हणतात. 'टवाळा आवडे विनोद'. असं लिहून ठेवल्यामुळे पंचाईत होऊन बसली. कोल्हटकर, गडकरी, चिं. वि. जोशी, आचार्य अत्रे, पु. ल. देशपांडे वगैरे चांगल्या लेखकांवर समर्थांनी ते लेखक जन्मायच्या आधीच साडेतीनशे वर्षं असा ठपका ठेवला. बरं समर्थांना जाब विचारण्याची कुणाची टाप लागली? त्यांच्या सेवकांबद्दलही कुणी बोलता कामा नये. असा सज्जड दमही त्यांनी देऊन ठेवला आहे. समर्थ म्हणतात, 'समर्थाचिया सेवका वक्र पाहे, असा सर्व भूमंडळी कोण आहे?' सर्व भूमंडळी असं म्हणतात. नुसतंच महाराष्ट्रात, हिंदुस्थानात, दक्षिण आशिया खंडात पूर्ण आशिया खंडात असं तुटपुंजं सांगत नाहीत. सर्व भूमंडळी-संपूर्ण पृथ्वीतलावर. त्यांचा दराराच तसा होता. त्यामुळे 'टवाळा

आवडे विनोद' या टिप्पणीवर वरील विनोदसूर्य कसलाही आक्षेप घेऊ शकले नाहीत. नसेल समर्थांना विनोद आवडत म्हणून त्यांनी असं म्हटलं असेल असं मनात वाटवून घेऊन विनोदी लेखन पुढं चालू ठेवत असत.

दुसरा एक विचार. समर्थ वावगं बोलणार नाहीत. जे दिसेल ते रोखठोक बोलणार पहा. 'मूर्खाची लक्षणं', 'लेकुरे उदंड जाहली' यासंबंधीच्या ओव्या. शिवाजी महाराजांना उद्देशून म्हणाले, 'निश्चयाचा महामेरू' वगैरे आणि संभाजी राजांना उद्देशून सूचना केली. 'शिवरायांचा आठवावा प्रताप' गुळगुळीत काही नाही. असे हे समर्थ 'टवाळा आवडे विनोद' असं म्हणाले होते हे मात्र चुकलं हं. असंच कालपरवापर्यंत वाटत होतं.

परंतु आता लक्षात आलं की, समर्थ अनेक वर्षांपूर्वी जे बोलले ते खरंच आहे. समर्थ खरे द्रष्टे! विसाव्या शतकाच्या शेवटच्या दोन दशकांपासून निर्माण होत असलेल्या विनोदाबद्दल त्यांनी भविष्यवाणी सांगितली होती. त्या काळापासून जो विनोद निर्माण होईल त्यातील बहुतांशी विनोद 'टवाळा आवडे' या पातळीपर्यंत पोहोचलेला असेल. बघा बरं, समर्थ कसे ग्रेट द्रष्टे होते. जे द्रष्टे असतात त्यांना भविष्यकाळात होणाऱ्या गोष्टींचं 'कल्पनादर्शन' अगोदरच अनेक वर्षे होत असे. त्याप्रमाणेच घडलं. समर्थ चुकतील कसे! जे चांगले विनोदी साहित्य लिहीत होते त्यानां उद्देशून दिलासा देण्यासाठी म्हणाले होते. 'धिर्धरा धिर्धरा (धीर धरा, धीर धरा हे शब्द काव्यात नीट बसत नव्हते म्हणून 'धिर्धरा धिर्धरा' असं ठोकून ठोकून संक्षिप्त रूप केलं आणि ओळ पूर्ण केली. असो.) जाणत्या चांगल्या विनोदी लेखकांना उद्देशून समर्थ म्हणाले होते, 'टवाळा आवडे विनोद' असं तुमच्या चांगल्या विनोदाला उद्देशून म्हटलं नव्हतं. चांगला विनोद मलाही आवडतो. मी स्वतःही करतो. 'मूर्खाची लक्षणे', 'लेकुरे उदंड जाहली' त्याचप्रमाणे माणसं झोपेत असताना कशी दिसतात हे सांगणाऱ्या ओव्या लिहिल्या आहेत,

'टवाळा आवडे विनोद' ही समर्थांची शेरेबाजी. भविष्यवाणी आणि द्रष्टेपण हल्ली नित्य अनुभवायला येऊ लागला आहे. सुसंस्कृत नव्हे, तर केवळ टवाळानांच आवडेल अशा प्रकारच्या विनोदाच्या गिरण्या भरपूर निघाल्या आहेत. समर्थांची भविष्यवाणी खोटी होऊ नये म्हणून हल्लीच्या नवीन विनोदकारांनी टवाळ मनोरंजक विनोदाच्या गिरण्याच सुरू केल्या आहेत. धान्य दळायच्या गिरण्यांप्रमाणे इकडे वरून टवाळ - मनोरंजन - पात्र अशा कल्पना टाकायच्या आणि पीठ खाली पडते त्या ठिकाणाहून 'टी. ए. व्ही.' विनोद खाली भसाभस पडू लागतो. (टी. ए. व्ही. विनोद म्हणजे 'टवाळा आवडे विनोद ब्रॅण्ड विनोद') हल्ली असल्या प्रकारच्या विनोदाचं खरीप हंगामातलं जंक्शन पीक दिवाळीच्या सुमारास महाराष्ट्रभर येतं. हे

विनोदी साहित्य वाचल्यावर, समर्थांची भविष्यवाणी खरी ठरली बरं का! असं वाटू लागतं. दोन-अडीच दशकांपूर्वीचे विनोद बुद्धिगम्य आणि मनोज्ञ असत. बुद्धी आणि मन शरीरावर बऱ्याच उंचीवर असतात आणि या दोघांची समजही चांगली असते.

विनोद वरच्या पातळीवर मनापर्यंत होता तोपर्यंत ठीक होतं. परंतु विनोदानं कमरेपर्यंत झेप घेतली आणि तिथूनच विनोदाला सुरुवात झाली. टवाळांची विनोदाचं आकलन होण्याची उंची (नव्हे अधोगती) एवढीच असते. हल्ली वीसएक वर्षांत (किंवा आणखी जास्त) कटिप्रदेशाच्या परिसराच्या विनोदानं टवाळांना खूश करून टाकलं आहे. प्रेमकथापेक्षा चावट प्रेमकथा, टवाळांना मनापासून आवडतात. त्या तसल्या कथांतील नायकांच्या जागी आहोत अशी कल्पना करून ती कथा वाचली की टवाळ खुश होऊन जातात. कल्पनेनं कथेतल्या मुलीबरोबर मन:प्रणय सुरू करतात. मन:प्रणय हा प्रणयाचा सोपा हुकमी आणि दिलखूश मार्ग आहे. मन:प्रणयाची ताकद आहे की, नुसतं माधुरी आव, बिपाशा आव, शिल्पा शेट्टी आव, ऐश्वर्या आव, राखी सावंत आव असं म्हणायच्या आत त्याच क्षणी मन:चक्षुपुढं येऊन उभ्या राहतात. मग काय? एकतर्फी काल्पनिक प्रेमच प्रेम. मन:प्रणयाची लज्जत काही औरच असते. ही लज्जत टवाळ चाखत असतात.

चावट कथा वाचताना देहभान हरपून जातं. ती विनोदी ढंगानं लिहिली की, 'राजूड्या तू कित्ती कित्ती विनोदी आहेस रे?' हा डायलॉग बिपाशाला मराठीत बोलायला लावतो. असल्या प्रकारचे स्वत:लाच त्या विनोदी कथेतला नायक समजण्याच्या कथा वाचल्या की, टवाळ मंडळी खूश. पत्नीऐवजी दुसरीच कुणी असणं आणि सगळं झाल्यावर, अरेच्या, (गोड) घोटाळा झाला अशा प्रकारच्या विनोदी कथाही लिहिल्या जातात. त्या विनोदी कथा छापल्या जातात आणि टवाळ मंडळी तसल्या कथा आवडीनं वाचतात.

याचं एक कारण असं आहे की, कित्येक उत्तान तरुण स्मार्ट तरुणी केवळ दिखाऊ राहिल्या नाहीत तर विकाऊसुद्धा झाल्या आहेत. पूर्वी एखाद्या स्त्रीच्या अंगावर थोडे कपडे कमी असले तरी तिला अर्धनग्न असं म्हटलं जात असे आता ९७ टक्के नग्न म्हणायचे दिवस आले आहेत. विनोदही त्याच पातळीवर येऊन पोहोचला आहे. 'स्त्री मुक्ती चळवळ' ही तर जुनाट वाटू लागावी. प्रतिगामी वाटावी इतक्या पुढं काही तरुणी गेल्या आहेत. असं झाल्यावर त्याच पातळीवरचे विनोद निर्माण होणं अपरिहार्य आहे.

विनोदाचा दर्जा घसरायला दिवाळी अंकांतून फार मोठ्या प्रमाणात आणि मोठ्या आकारात (आणि मोठमोठ्या गोल आकारात) प्रसिद्ध होणारी तथाकथित

हास्यचित्रं पाहिली की, विनोद किती खाली घसरला आहे याची प्रचिती येते. जवळजवळ निर्लज्जपणे स्त्रियांचे अदर्शनीय अवयव मोठ्या आकारात काढून फालतू विनोदाकडे लक्ष वेधलं जातं. दिवसेंदिवस हे प्रकार फार मोठ्या प्रमाणात होत आहेत. समर्थ द्रष्टेपणानं 'टवाळा आवडे विनोद' असं म्हणाले होते ते अक्षरशः खरं आहे.

चंगळवाद फार मोठ्या प्रमाणात बोकाळत आहे. अनेकांची आर्थिक परिस्थितीही चांगली झाली आहे. त्यामुळे कोणत्याही पातळीपर्यंत खाली जाता येतं. टवाळांना आवडतात म्हणून तसल्या प्रकारच्या कथांची पुस्तकं आणि तसल्या प्रकारची चित्रं व्हाया चोरटा मार्ग मिळू शकतात. चक्क अश्लील विनोद असतात. अश्लील विनोदी जोक्स तर फार मोठ्या प्रमाणात गुप्तपणे प्रसृत होतात. पोर्नोग्राफर म्हणजे अश्लील कथा मनोरंजक करण्यासाठी अश्लील विनोद करून चटकदार पद्धतीनं लिहिणारा लेखक. असा लेखकवर्ग असलं लेखन भरपूर करतो. हल्ली विनोद केवळ पातळ झाला नसून भरपूर पाचकळसुद्धा झाला आहे. असलं एखादं उदाहरण द्यावं म्हटलं तरी संकोच वाटावा. विनोद या पद्धतीनं फार खालच्या पातळीवर आला आहे उलट कोल्हटकरांपासून पुलंपर्यंत (नम्रपणे माझ्यापर्यंत) प्रचंड विनोदी लेखन करूनही तो कळण्याची आणि करण्याची बुद्धी आणि मन हीच ठिकाणं पक्की ठेवली आहेत. परंतु सर्वत्र ताळतंत्र सोडण्यात आला आहे. त्यातच भूषण मानलं जातं. ताळतंत्र सोडणारे पुरोगामी समजले जातात आणि संयमानं, मर्यादेनं, नैतिक बंधनं पाळून लेखन करणारे मात्र मागासलेले समजले जातात. काळाचा महिमा दुसरं काय?

चावट विनोदी लेखनापेक्षा चावट विनोदी चित्रे, रंगीत चावट चित्रे, खिडकी - चित्रे, अर्ध्या पानावरची तसलीच चित्रे मनावर फार लवकर परिणाम करतात असल्या चित्राखाली लिहिलेला विनोद सामान्यच असतो पण आकर्षण वरच्या चित्रातील स्त्रीचं असतं. असले सामान्य बेचव विनोद टवाळांना आवडतात. मुखपृष्ठापासून आतली चावट खिडकी - चित्रं. चावट हास्यचित्रं यांनाच विनोद म्हणतात. बहुसंख्य लोकांना हेच आवडतं. टवाळांना असली चित्रं आवडतात. उघडउघड अश्लील वाटणारी चित्रं सर्रास प्रसिद्ध होतात. वाचली जातात. विकतही घेतली जातात. संस्कृती, संस्कार, चालीरीती दिवसेंदिवस लुप्त होत चालले आहेत.

टी. व्ही. तर वाचनीय वस्तूपेक्षाही भयंकर आहे. जाहिरातीतील बायकांना अंगावरच्या वस्त्रांची मोठ्या प्रमाणात चणचण भासते, किती देहप्रदर्शन करावं याची सीमा नाही. मी हे सगळं लिहितो हे वाढत्या वयापोटी लिहीत नाही, समाज

खरंच स्वैर वागत आहे यापायी लिहीत आहे. टीव्हीवरचा एखादा चांगला कार्यक्रम आहे काय हे पाहण्यासाठी पन्नास साठ वाहिन्या बदलत बसावं लागतं आणि चुकून दिसला तर लगेच जाहिरातींचा मारा सुरू होतो. तिथंही देहप्रदर्शन करणाऱ्या ठक्या असतातच. टीव्हीवर सिनेमे दाखवले जातात त्यात हिंसाचार, प्रेमाचे आचरट चाळे, अवैध भानगडी यांचाच भरणा असतो. लोकांना हेच पाहिजे असतं असं सांगून वाईट वाईट बघायला लोकांना प्रवृत्त करायचं असं सर्वत्र चालू आहे.

लेख गंभीर होत आहे याची कल्पना आहे; परंतु गेल्या दोन दशकांतील सामाजिक स्थित्यंतरे, प्रसार माध्यमांचीही तीच परिस्थिती वगैरेसंबंधी लिहावं असं सांगितलं आहे. निमित्त चांगलं मिळालं. बरं झालं. टीव्ही, सिनेमा, क्रिकेट, साहित्यक्षेत्र आणि वागण्यातला जादा मोकळेपणा यात समाज बुडून गेला आहे. जोडीलाच मराठी वृत्तपत्रंही कोणत्या ना कोणत्या निमित्तानं उत्तान चित्रं, फॅशन डिझाइन म्हणून स्त्रियांची कसली कसली चित्रं पहिल्या पानापासून सुरू होतात.

मला प्रामुख्यानं विनोदाबद्दलच लिहायचं आहे. पूर्वीच्या आणि हल्लीच्या विनोदी नाटकांवर मी थोडंसं सांगतो. स्थूलमानानं हे विवेचन आहे. आचार्य अत्रे, पु. ल. देशपांडे प्रभृती विनोदी लेखकांनी लिहिलेली विनोदी नाटकं घ्या. त्यातला विनोद उत्तम असे. खालच्या पातळीवरचा विनोद नसे. कुटुंबातल्या सर्वांनी एकत्र बसून विनोदी नाटकांचा आस्वाद घेता येत असे. अभिनयातही फरक पडला आहे. विनोदी भूमिका करणारे नट नाना प्रकारच्या शारीरिक हालचाली आणि चेहरा, डोळे यांच्या चमत्कारिक हालचाली यांच्यावरच भर देऊन विनोद करण्याचा अट्टाहास करतात. नाटकाची संहिता चांगल्या विनोदाची असेल आणि अभिनेता खऱ्या अर्थानं अभिनेता असेल तर उत्तम विनोदाचा आस्वाद प्रेक्षकांना घेता येतो. एक उदाहरण घ्या. मच्छिंद्र कांबळी आणि त्यांचं 'वस्त्रहरण' नाटक. त्यांनी ते नाटक अजरामर करून टाकलं आहे. मच्छिंद्र कांबळींचे बहुतेक संवाद त्या नाटकात विनोदी आहेत. परंतु ते कसलेही अंगविक्षेप न करता, चमत्कारिक चाळे म्हणजेच 'अभिनय' न करता सरळ उभा राहून केवळ शब्दांच्या फेकीतून विनोदाचं दर्शन घडवत असत. राजा गोसावीही असेच शब्दफेक फेम नट होते. त्यांचा विनोद मनाला आनंददायक वाटे. यांची जागा हल्ली रंगमंचावर उड्या मारत प्रवेश करणे, चेहऱ्याच्या चमत्कारिक हालचाली करणं याला विनोदी भूमिका म्हटलं जाऊ लागलं.

अपवादात्मक असं आणखी एक उदाहरण म्हणजे दिलीप प्रभावळकर. अक्षरशः हरहुन्नरी अभिनेता. भूमिका सादर करताना त्यांना चमत्कारिक शारीरिक हालचाली कराव्या लागत नाहीत. अशी उदहारणे थोडीच आहेत. बाकीच्यांच्या

विनोदाबद्दल मी काही लिहू इच्छित नाही. कारण त्यांचा उड्डाणयुक्त प्रवेश, चमत्कारिक मुद्राभिनय, रंगमंचावरची धावपळ यालाच त्यांचे असे प्रेक्षक टाळ्या शिट्ट्या वाजवून दाद देतात. अभिनय करताना अभिनय करत आहे असं वाटू नये तो खरा अभिनय आहे. याच्या उलट रंगमंचावर विनोदी प्रसंग चालू असेल तर अभिनय किलोकिलोने मोजून घ्यावा असा 'वजनदार' असतो तसं केलं तरच प्रेक्षक खूश होतात. नाहीतरी नाटक 'प्रेक्षकसुखाय स्वहिताय' असंच असतं.

सिनेमातले विनोदही उथळ वाटतात. जुने ब्रह्मचारी, प्रेमवीर, अर्धांगी, लाखाची गोष्ट हे चित्रपट चांगल्या विनोदाची उदाहरणं म्हणून सांगता येतील, ही एकंदरीत ढासळत जाण्याची प्रक्रिया जोरानं चालू आहे. कमी होण्याची चिन्हं दिसत नाहीत. माणसाला आनंद देणं, दुःखाचा विसर पाडणं हे महत्त्वाचं कार्य विनोदावर सोपवलेलं आहे. ते चांगल्या विनोदानं पार पडावं ही अपेक्षा.

•••

.३.
सिनेमाळलेलं माहेर

माझं नाव विनायक आहे. खावून पिवून (नुसतं 'पिवून' नव्हे-खावून पिवून) सुखी मध्यमवर्गीय माणूस आहे. घरगुती संस्कार लहानपणीच चांगले झालेले आहेत. त्यामुळे हल्लीच्या उघड्यावागड्या (पहिलं अक्षर 'ना' लिहून असलाच तिसरा शब्द तुम्ही लिहिला तरी चालेल. कंसाबाहेर येतो) संस्कृतीच्या समाजात मी एकदम अनफिट आहे. आडनाव जोशी, जोश्यांच्या घरात बायको म्हणून येणारी माहेरची कुलकर्णी आडनावाची असणार ती कर्णिक, प्रधान, मोहिले, गडकरी, गुप्ते किंवा पवार, पाटील, जाधव, सावंत, मोहिते थोडीच असणार? किंवा परांजपे, चितळे, मेहेंदळे, गोखले, रानडे आदी एकारान्त आडनाव धारण करणारी थोडीच असणार? म्हणून जोशाची बायको कुलकर्णी! त्याप्रमाणे माझ्या बायकोचं माहेरचं आडनाव कुलकर्णी आहे.

तिच्या माहेरचा एकंदरीत पात्र परिचय असा आहे.

बाबासाहेब : कुटुंबप्रमुख तथा माझे सासरे (आदर्श बिच्चारे).

हेमालिनी : (एक 'मा' कटाप) माझ्या सासूबाई.

प्रीती विन्टा : माझी बायको (रक्ष रक्ष परमेश्वर).

अभिषेक : माझा मेहुणा (अमिताभ बच्चन माझा सासरा नसतांनाही).

सोनाली : माझी मेहुणी (आणखी एक कुलकर्णी).

आता आम्ही दोघे (१) मी : विनायक तथा भावजी -

तथा बाळासाहेब - तथा अहो. चित्रपटसृष्टीच्या दृष्टीने संपूर्ण मागासलेला (२) बाबासाहेब : माझे सासरे, तेही याबाबतीत माझ्याइतकेच मागासलेले आहेत. ते नोकरी करतात आणि सिनेमाळलेल्या कुटुंबाचं पालनपोषण करतात. हे कुटुंब आणि मी आमनेसामने राहतो. मधे फक्त २० फूट रुंदीचा अरुंद रस्ता आहे. बाबासाहेब सोडून तिकडच्या सर्व मंडळींचा मुक्काम दररोज जास्तीत जास्त तास माझ्या घरीच असतो. त्यामुळे बाबासाहेब त्यांच्या घरात ज्ञानेश्वरीची पारायणामागून पारायणं सहज करू शकतात. लेकराला (म्हणजे माझ्या बायकोला) एकटं एकटं वाटू नये म्हणून सगळं माहेर माझ्याकडेच मुक्कामाला असतं.

नावाचं विश्लेषण :

१) **हेमालिनी :** हेमामालिनी यातील एक मा उडवून स्वत:ला त्या हेमालिनी म्हणतात. आणखी एक 'मा' नको. तिकडे धर्मेंद्रनं त्या हेमामालिनीला दोनदा मा केलं म्हणून नावातलं एक मा काढून टाकलं. त्यामुळे नाव उच्चारायला सोपं जातं - हेमालिनी.

२) **बाबासाहेब :** बिच्च्च्च्च्चो! यांना सिनेमाळलेल्या चौकडीतून वगळा, ते बिच्चारे नोकरी करतात.

३) **प्रीती विन्टा :** माझी बायको, तिचं माहेरचं नाव शकू होतं आणि आमच्याकडचं नाव वागीश्वरी (सरस्वती) पण तिनं स्वत:चं नाव बदललं, प्रीती झिंटा ही चित्रपट नटी हिला विशेष आवडते. म्हणून किंचित बदल करून प्रीती विन्टा धारण केलं, विन्टा म्हणजे काय माहीत आहे का? माझं नाव विनायक आहे ना, त्यातून 'विन' असा लचका तोडला आणि 'ट' ला जोडला. झाली प्रीती विन्टा. लांबून ऐकलं की झिंटा असंच वाटतं.

४) **सोनाली :** माझी मेहुणी. मूळ नाव कविता (डोंबलाची कविता ! अजूनपर्यंत एकही कविता केली नाही. पुढंही असंच घडत राहो ही ईशचरणी प्रार्थना) चित्रपटसृष्टीमध्ये सोनाली आणि कुलकर्णींनी फार झाल्या आहेत. सोनाली कुलकर्णी, सोनाली बेंद्रे, (नुसतीच) सोनाली, आणि कुलकर्णी - सोनाली कुलकर्णी, सुकन्या कुलकर्णी, नीना कुलकर्णी, ममता कुलकर्णी, सुमित्रा कुलकर्णी आता नवीनच पल्लवी कुलकर्णी आली. अरुणा इराणीबरोबर काम करते वगैरे. सुरुवातीला तिला वाटायचं आपण ममता कुलकर्णी आहोत. पण तिच्याइतकं चंटपणे वागणं जमेना. म्हणून सुकन्या कुलकर्णी झाली. फारच सोज्वळ दिसू लागली म्हणून तिनं सोनाली, नीना कुलकर्णी व्हायचं ठरवलं. पदर कधी ढळणार नाही असं व्यक्तिमत्त्व. शेवटी कंटाळून

ती सोनाली कुलकर्णी झाली.

५) **अभिषेक :** पिताश्रींमुळे सगळीकडे वर्णी लागत गेलेला अभिषेक व्हायचं असं माझ्या जोशी कुलावतंस नट-नट्या-चित्र-प्रति पालक, हृदयसिंहासनरिक्त, अतिसामान्याधीश अशा माझ्या रघुनाथ सुपुत्रानं अभिषेक हे नाव धारण केलं. (लहानपणी रोज रात्री गादीवर 'अभिषेक' करून तो ती ओली करत असे)

अशा प्रकारे माझ्या घरात फिल्मी टीम तयार झाली. सासरा आणि जावई या विषयात पूर्ण अज्ञानी. त्यांना अलगद बाजूला उचलून ठेवतात आणि मनसोक्त फिल्मी गप्पा मारत बसतात. कुणाचंही बोलणं सुसंगत, क्रमवार वगैरे नसतं. ज्याला जे आठवेल ते मधेच घुसडून बोलत राहायचं हा एकंदरीत खाक्या. बोलत असलेल्या विषयात खंड पडतो याचं कुणालाच काहीच वाटत नाही. सर्वजण तेच करतात त्यामुळे काही वाटण्याचा प्रश्नच येत नाही. कुठून तरी दोन-तीन तास. तीन-चार तास अखंड फिल्मी बडबड झाली म्हणजे झालं.

इतकी पार्श्वभूमी तयार करून दिली आहे. आता प्रीती विन्टा, हेमालिनी, सोनाली आणि अभिषेक जो काय फिल्मी गोंधळ घालतात तो तुम्ही ऐकत कम वाचत बसा.

"मम्मी ग, आपण कसे जोशी कुलकर्णी आहोत तशीच सिनेमात पण आहे. पल्लवी जोशी प्रसिद्ध आहे. आता पल्लवी कुलकर्णी नवीन आली आहे. ती किनई, अरुणा इराणीबरोबर तिच्या सिनेमात काम करणार आहे. एव्हाना सुरूही झालं असेल." सोनालीनं नवीनच माहिति सांगितली.

"मला बाई जुनेच दिवस आठवतात." हेमालिनी म्हणाली, "अरुणा इराणीच्या वडिलांचं नाव फर्दून इराणी आहे. ते गुजराती रंगभूमीवरचे प्रख्यात अभिनेते होते. आणि बरं का ग सोनाली, प्रसिद्ध कॅमेरामन फर्दून इराणी या दोघांच्या नावाचा घोटाळा व्हायचा अभिनेता फर्दून इराणी आणि कॅमेरामन फर्दून इराणी एकच आहेत असंच वाटायचं."

"अरे बाप रे! खरंच?" अभिषेकनं विचारलं.

"होय ना." मातोश्री म्हणाल्या.

"करिष्मा असं का करते कळत नाही." प्रीती विन्टा म्हणाली, "पहिल्यांदा अभिषेकशी लग्न काय ठरलं, दोन्ही ग्रेट फिल्मी घराणी जवळ आल्यासारखं काय वाटलं अन फिसकटलंसुद्धा. लग्न झाल्यावरदेखील कपूर आडनाव पुढं चालू ठेवायचं असा तिचा विचार होता की काय कळत नाही. त्यावेळी तिची भेट झाली असती तर मी तिला हे विचारलं असतं."

“अय्या! खरंच? आई तू ग्रेट आहेस. विचारलं असतंस - अगदी पिताश्री रणधीर कपूरच्या समोर.”

सोनाली म्हणाली, “ते लग्न मोडलं, बरं झालं. करिष्माचं संजय कपूरशी लग्न झाल्यावर तिनं काय गोंधळ केला, ते सगळ्या पेपरमध्ये पहिल्या पानावर छापून येत होतं. बिचारा अभिषेक बचावला.”

“अभिषेकला बिचारा व्हायला काय झालं?” झेरॉक्स अभिषेक म्हणाला. या झेरॉक्सनंही त्या ओरिजनलप्रमाणे आठवडाभर स्टाईलची दाढी ठेवली होती. तो अभिषेक, हृतिक, जुना अनिल कपूर हे सगळे, पहिले दोन तीन पाऊस पडल्यावर जमिनीवर उगीच आपलं खुरटं गवत दिसू लागतं. त्याला उंची आलेली नसते, तसल्या पद्धतीची दाढी ठेवतात. म्हणून आमचा हा झेरॉक्स अभिषेकही असलीच दाढी ठेवतो असा तो झेरॉक्स अभिषेक म्हणाला, “नंतर अभिषेक आणि ऐश्वर्या रॉय अगदी जवळ आले होते. लग्नाची सात पावलं त्यात मिळवली की पतिपत्नी झाले असते. पण कुठं माशी शिंकली कुणास ठाऊक? पुन्हा अभिषेक बॅचलरच! त्याचं लग्न झाल्याशिवाय मीही लग्न करणार नाही.”

“ऐश्वर्याचं काही सांगू नकोस.” सोनाली म्हणाली, “सलमानखाननं तिच्या घराभोवती केवढा धिंगाणा घातला होता! त्यालाही तीच पाहिजे होती. विश्वसुंदरी ना?”

“तीसुद्धा थोड्या दिवसांनी फिल्मी माँ होईल. वय काय तसंच राहतं? पुढं पुढं ती साठ, सत्तर, पंचाहत्तर वर्षांची होईल. केस पांढरे होतील, दातांची कवळी बसवील, जाड भिंगांचा चष्मा लावील आणि हातात काठी घेऊन वाकून धापा टाकत चालू लागेल.” हेमालिनीनं ऐश्वर्याचं पंचाहत्तराव्या वर्षापर्यंतचं भविष्य वर्तवून टाकलं. ती पुढं म्हणाली, ‘अमर भूपाळी’ त एक आहे ना, ‘लटपट लटपट तुझं चालणं मोठ्या नखऱ्याचं’ हेच गाणं म्हातारपणी ‘लटपटत लटपटत तुझं चालणं मोठ्या कष्टाचं’ अशा प्रकारचं होईल. आपल्याला काय करायचं? तिचं ती बघून घेईल.”

“परवा ‘सिनेगप्पा टप्पा’ हा कार्यक्रम आम्ही मैत्रिणी मैत्रिणींनी केला होता. सर्व उत्तरं माझी बरोबर आली.” सोनाली म्हणाली.

“अे सोनाली, कसल्या गप्पाटप्पा झाल्या सांग ना, लग्नानंतर पहिल्याइतका सिनेमाचा अभ्यास राहिला नाही.” प्रीती विन्टा म्हणाली. “तुला माहितच आहे की मला हिंदुस्थानातला पहिला बोलका चित्रपट कोणता असं विचारल्यावर मी ताडकन म्हणाले, ‘आलम आरा’, कुणी काढला होता असं विचारल्यावर मी खाडकन म्हणाले, ‘अर्देसर इराणी’, हिरॉइन कोण होती असं विचारल्यावर मी धाडकन

म्हणाले, 'झुबेदा' हिरो विचारल्यावर मी फाडकन म्हणाले, 'मास्टर विठ्ठल' तेव्हा परीक्षक असलेले हृषीकेश मुखर्जी म्हणाले, 'शंभरपैकी शंभर मार्क' मग मी म्हणाले, ''सर आणखी दोन गोष्टी सांगितल्यावर शंभरपैकी शंभर मार्क द्या.''

हृषीकेश मुखर्जी माझ्याकडे प्रश्नार्थक मुद्रेने हसत हसत पाहत म्हणाले, ''सांगा-''

तेव्हा मी काडकन म्हणाले, ''हा चित्रपट मुंबईमधील मॅजेस्टिक थिएटरमध्ये लागला होता.'' नंतर मी लगेच झटकन म्हणाले, ''तो दिवस होता १४ मार्च १९३१'' तेव्हा हृषीकेश मुखर्जी मला म्हणाले, ''तुमचा चित्रपटसृष्टीचा एवढा सखोल अभ्यास कसा काय?'' तेव्हा मी म्हणाले, ''माझी आई हेमालिनी हिनं माझ्याकडून इतिहास तोंडपाठ करून घेतला होता.''

''तुमच्या आईचा चित्रपटसृष्टीचा खूप अभ्यास दिसतो.'' असं हृषीदानं म्हटल्यावर मी म्हणाले, ''सर, माझ्या आईची आई होती ना, ती दररोज शाळेचा अभ्यास घ्यावा ना तसा सिनेमाचा अभ्यास करून घेत होती.''

''आई ग, त्या काळातले सिमेमे कोणते होते ग?'' अभिषेकनं विचारल्यावर हेमालिनी म्हणाली, ''त्या काळात पुण्यात 'प्रभात' मुंबईत 'बॉम्बे टॉकीज' आणि कलकत्त्यात 'न्यू थिएटर्स' अशा तीन सिनेमा कंपन्या प्रसिद्ध होत्या, असं आई सांगत होती. पुढं आणखी कंपन्या निघाल्या. न्यू थिएटर्सचे सिनेमे अगदी संथ असायचे. हीरो-हिरॉईनसुद्धा एकदम संथ, हालचाल फार नसायचीच. प्रेमसुद्धा विव्हळत, संथपणे करायचे, तेव्हा माझी आई एकदा गमतीनं म्हणाली होती. 'प्रभात कंपनीनं संत ज्ञानेश्वर आणि संत तुकाराम हे चित्रपट काढले होते. हेच चित्रपट संथगतिफेम न्यू थिएटरर्सनं काढले असते तर या दोन्ही चित्रपटांची नावं, 'संथ ज्ञानेश्वर' आणि 'संथ तुकाराम' अशी ठेवली असती.''

''आई ग, त्या काळातली सर्वात लोकप्रिय हिरॉईन कोण होती?'' अभिषेकनं विचारल्यावर हेमालिनी म्हणाली, ''त्या काळातली म्हणता येणार नाही, तरीही पन्नास एक वर्षांपूर्वीची हिरॉईन सांगते. साधारण बघ १९५० च्या थोडं मागं पुढं. त्या काळात मधुबाला टॉपला होती. ती आणि अशोककुमार यांच्या भूमिका असलेला 'महल' मुंबईतल्या 'रॉक्सी' टॉकीजमध्ये मुक्काम ठोकून होता. कॉलेजची मुलं तर त्या सिनेमावर तुटून पडायची. त्या काळात एक म्हण रूढ झाली होती. 'अॅटेडन्स बाय प्रॉक्सी (मित्र) अॅट रॉक्सी' त्या काळच्या तमाम पुरुषांच्या स्वप्नात रोज जायचं एक प्रचंड कामच मधुबालाला होऊन बसलं. डोळा लागला रे लागला की स्वप्नांचे रीळ सुरू. लगेच मधुबाला हातात मेणबत्ती घेऊन 'आयेगा, आयेगा, आयेगा आनेवाला' हे गाणं म्हणत हजर होती. मधुबालाने त्या काळात सर्व

पुरुषांच्या झोपेचं खोबरं केलं होतं. जिकडे तिकडे झोपेच्या खोबऱ्याचे ढीगच्या ढीग दिसायचे. त्यामुळे नारळाच्या खोबऱ्याला उठावच नव्हता. असे ते दिवस होते. 'ती पाहताच बाला, कलिजा खलास झाला' हे गाणं ज्याच्या त्याच्या तोंडी होतं.''

मी (विनायक जोशी. प्रीती विन्टाचा नवरा) आतल्या खोलीत कॉटवर पडल्यापडल्या ऐकत होतो. सासूबाई, बायको, मेहुणी आणि मेहुणा चौघे मिळून 'एनसायक्लोपीडिया सिनेमाका' (चाल : एनसायक्लोपीडिया ब्रिटनिका) होते. चौघांच्याही जिभांवर साक्षात वागीश्वरी सरस्वतीच जणू काही बसली होती. बोलणं चालूच. बोलण्याला सुसूत्रता, कालक्रम, सलगपणा वगैरे वगैरे कसलंही बंधन नाही. दुर्गा खोटेचं माहेरचं आडनाव लाड हे होतं आणि तिचे वडील सॉलिसिटर होते. या १९३०-३५ सुमारावरून लगेच उडी मारून शबाना आझमी जावेदची दुसरी बायको आहे, पहिल्या बायकोचं नाव हनी इराणी आहे ही माहितीही पाठोपाठ तयार असते. बरं मी थांबतो, ही कंपनी काय (काय) बोलते, हे सक्तीनं (आसक्तीनं नव्हे) ऐकण्याचा निरुद्योग करतो.

सोनाली म्हणाली, ''आजकालच्या हिरॉइन्स काय शेरेबाजी करतात बघण्यासारखं असतं. विश्वसुंदरी सेन म्हणते 'मुझे शादीशुदा मर्दोसे दोस्ती करना पसंद नही.' आनंद आहे, आनंदच की, विवाहित पुरुष सुखी आणि त्यांच्या बायकांची काळजी मिटली.''

लगेच अभिषेक म्हणाला, ''आता प्रीती झिंटा काय म्हणते ऐका. ती म्हणते, 'प्यार और वासना मे फर्क होता है.' केवढा सखोल अभ्यास आहे दोन्हींचा. शिवाय तिचं स्वत:चं नाव प्रीती आहे. खरं तर तिनं प्रीती, प्यार, प्रेम, प्रणय, मुहब्बत, लव्ह और उल्फत यांच्यातही काय काय फरक आहे हेही हातासरशी सांगून टाकलं असतं तर प्रेमीजनांच्या ज्ञानात बरीच भर पडली असती.''

हे प्रीती झिंटा कथन ऐकून प्रीती विन्टा म्हणाली, ''हल्ली, प्रीती झिंटा, राणी मुखर्जी, नेहा धुपिया, आयेशा टाकिया, बिपाशा बसू, सुश्मिता सेन, ऐश्वर्या राय, प्रियांका चोप्रा, प्रीती झिंग्यानी यांचीच नांव एकसारखी ऐकायला मिळतात. बिपाशा बसूनं तर जॉन अब्राहमला कधीच बुक करून टाकला आहे.''

''प्रीती तुझं म्हणणं चूक आहे. बिपाशा बसू तिचा सेक्रेटरी जतिन रघुराज याच्यावरही खूश आहे'' सोनाली म्हणाली.

''सोनाली, कमाल आहे. ही माहिती तू कुठून काढलीस?'' अभिषेकनं विचारल्यावर सोनाली म्हणाली, ''खुद्द बिपाशा बसूच सांगते, जॉन अब्राहम और जतिन रघुराज मेरा पुरे धैर्यसे ख्याल रखते है, इसलिये मै भी उन्हे बेहद चाहती हूँ!''

“प्रीती झिंटा मुंबईला आली कशासाठी आणि झाली कोण, गंमतच आहे” हेमालिनी मातोश्री म्हणाल्या, “खरं म्हणजे ती मुंबईला आली. ‘क्रिमिनल सायकॉलॉजी’ चा अभ्यास करण्यासाठी पण झाली चित्रपट अभिनेत्री. ती म्हणते, ‘भगवानने मुझे कही अधिक दिया है.’”

“मनीषा कोईराला कुठं गडप झाली?” अभिषेक म्हणाला, “माला सिन्हानंतर फिल्म इंडस्ट्री गाजवणारी दुसरी नेपाळी अभिनेत्री म्हणजे मनिषा कोईराला पण हल्ली तिचं नावच ऐकू येत नाही.”

“अभि, मधून मधून ऐकू येतं. सुप्रसिद्ध विप्रो कंपनी आहे ना,” सोनाली म्हणाली, “त्या कंपनीचे मालक अजीज प्रेमजी आहेत ना, त्यांचा मुलगा, तारीक याची मनीषा तारीफ करत असते. उन दोनोंका जम गया ऐसा लगता है, खरं म्हणजे मनीषा कोईरालाचं वय तारीकच्या वयापेक्षा जास्त आहे. पण प्रेम म्हटलं की सबकुछ चलता है। नेहमी नेहमी पुरुषाचंच वय मोठं कशाला असायला पाहिजे? तिला वयानं लहान असलेला तारीक चालत असेल तर आपण कोण नको म्हणणार? बाकी खरंच, लग्न झालं तर मुलगी (?) सुस्थळी पडली असंच सर्वजण म्हणतील. सध्या मनीषा कोईरालाकडे एकही फिल्म नाही, मोकळीच आहे. वयही वाढत आहे. तरीही म्हणते, ‘शादी करके घर बसाना मै चाहती हूँ, लेकीन इतनी जल्दी नही.’ वय वाढत आहे तरीही म्हणते, इतनी जल्दी नही. कमाल आहे.”

“आपण थोडा वेळ फिल्मी ब्रेन टेस्ट खेळू या.” हेमालिनी म्हणाली, “मी प्रश्न विचारते आणि प्रीती, सोनाली आणि अभिषेक ह्यांनी उत्तरं द्यायची. काही प्रश्न मराठी सिनेमाबद्दलचेही असतील, रेडी?” “रेडी!”

हेमालिनी : व्ही शांतारामचं संपूर्ण नाव काय?

सोनाली : शांताराम राजाराम वणकुद्रे.

हेमालिनी : मास्टर विनायकचं आडनाव काय?

अभिषेक : कर्नाटकी.

हेमालिनी : मराठीतला बोलणारा पहिला चित्रपट कोणता?

प्रीती विन्टा : राजा हरिश्चंद्रावरील सिनेमा. अयोध्येचा राजा.

हेमालिनी : मुख्य भूमिका सांगा.

सोनाली : गोविंदराव टेंबे, दुर्गा खोटे, बाबुराव पेंढारकर.

हेमालिनी : गोविंदाचं आडनाव काय?

अभिषेक : आहुजा.

हेमालिनी : धर्मेंद्र, राजेंद्रकुमार, आणि किशोरकुमार यांची आडनावं सांगा.

प्रीती विन्टा : धर्मेंद्र : देओल, राजेंद्रकुमार : तुली, किशोरकुमार : गांगुली.

हेमालिनी : कुंदनलाल सैगलप्रमाणे हुबेहूब गाणाऱ्या गायकाचं नाव काय?

अभिषेक : सी. एच. आत्मा.

हेमालिनी : गुरुदत्तच्या तीन गाजलेल्या चित्रपटांची नावं सांगा.

सोनाली : प्यासा, कागज के फूल, चौदहवी का चाँद.

हेमालिनी : आर. के. नारायण, यांच्या कादंबरीवर आधारीत देव आनंदनं काढलेल्या चित्रपटाचं नाव काय?

प्रीती विन्टा : गाइड.

हेमालिनी : झिनत अमानचं पहिलं काम कोणत्या चित्रपटात?

अभिषेक : हरे राम हरे कृष्ण.

हेमालिनी : ट्विंकलच्या आईचं? आईच्या आईचं नाव सांगा.

सोनाली : डिंपल, नर्गिस, जद्दनबाई.

हेमालिनी : अमिताभ बच्चनचं मूळ नाव काय होतं?

प्रीती विन्टा : इन्किलाब राय. परंतु सुमित्रा नंदन पंत यांनी हरिवंशराय बच्चन यांना सांगितलं, मुलाचं नाव बदलून अमिताभ असं ठेवा.

हेमालिनी : हाथी मेरा साथी - निर्माता, हीरो, हिरॉईन?

अभिषेक : चिन्नाप्पा देवर, राजेश खन्ना, तनुजा.

हेमालिनी : काजोलचं मातृघराणं सांगा.

सोनाली : तनुजा, शोभना समर्थ, शिलोत्री.

हेमालिनी : सोळा सतरा वर्षांच्या कमाल अमरोहींनं सोहराब मोदींसारख्या बुलंद व्यक्तीला चाट पाडलं तो प्रसंग सांगा.

प्रीती विन्टा : आपली कथा घेऊन या, असा सोहराब मोदींचा निरोप आल्यावर कमाल अमरोही मिनर्व्हा मुव्हीटोनमध्ये त्यांना भेटायला गेला. तेव्हा त्या 'पोरा' ला पाहून सोहराब मोदी म्हणाले, 'तुम रायटर जैसा दिखता नही' त्यावर कमाल अमरोही म्हणाले, 'मोदीसाब, रायटर देखने की चीज नही. सोचने की चीज है.'

हेमालिनी : कानन कौशल या मराठी अभिनेत्रीचं मूळ नाव काय? आणि ह्या नवीन नावाबद्दल माहिती सांगा.

सोनाली : मूळ नाव इंदुमती पैंगणकर, तिला कानन बाला ही बंगाली अभिनेत्री आणि कामिनी कौशल ही हिंदी अभिनेत्री आवडायची. त्यातून तिनं हे नवीन नाव स्वत:साठी तयार केलं.

हेमालिनी : आता तुम्ही मला प्रश्न विचारा आणि मी उत्तर देते. प्रीती तू आधी

विचार.

प्रीती विन्टा : तू आमच्या आधीच्या पिढीतील आहेस म्हणून मी तुला जुना प्रश्न विचारते फक्त एकट्याचीच भूमिका असलेला हिंदी चित्रपट कोणता?

हेमालिनी : 'यादे' या चित्रपटात फक्त सुनील दत्तच आहे. अगदी शेवटी नर्गिसची छाया दाखवतात.

सोनाली : भोजपुरी भाषेतली पहिली फिल्म कोणती?

हेमालिनी : 'गंगा मैया तोहे पियरी चढाओ'.

अभिषेक : राजेश खन्नाचं मूळ नाव काय?

हेमालिनी : जतिन खन्ना.

प्रीती विन्टा : शरच्चंद्रांच्या तीन कादंबऱ्यांवर बिमल रॉय यांनी काढलेल्या चित्रपटाची नावे सांगा.

हेमालिनी : परिणिता, बिराज बहू, आणि देवदास.

अभिषेक : जितेंद्र आणि रेखा यांनी एकत्र भूमिका केलेल्या चित्रपटांची संख्या किती? त्यापैकी कोणत्याही पाच चित्रपटांची नावं सांगा?

हेमालिनी : एकूण चित्रपट २६. त्यापैकी पाचांची नावे : ज्योती बने ज्वाला, मांग भरो सजना, मेहंदी रंग लायेगी, सदा सुहागन, सौतन की बेटी.

सोनाली : व्ही. शांतारामचा राजकमलनिर्मित पहिला चित्रपट कोणता?

हेमालिनी : शंकुतला.

प्रीती विन्टा : व्ही. शांतारामच्या कोणत्या चित्रपटाला सर्वोत्कृष्ट चित्रपटाचा राष्ट्रीय सन्मान मिळाला?

हेमालिनी : दो आँखे बारह हाथ.

तिघे : आई, तू सुद्धा पास.

मी आतून हे सगळं ऐकत होतो. माझी बायको, मुलगी, मुलगा, मेहुणी सर्वजण शंभरपैकी शंभर मार्क मिळवून पास झाले. मेरीट लिस्टमध्ये चौघांचीही नावं पहिल्या क्रमांकावर झळकली. काय ज्ञान! काय स्मरणशक्ती! काय नस्ता उद्योग! काय वेळेचा अपव्यय! अमाप उत्साह! मी जागच्या जागी आश्चर्यचकित झालो. चौघांच्या गप्पा पुढं चालू झाल्या.

"अर्जुन रामपाल आतापर्यंत एक डझन चित्रपटात त्यानं काम केलं आहे तरी प्रेक्षक त्याला अूजनही 'ठोकळा ॲक्टर' म्हणतात." प्रीती विन्टा म्हणाली, "त्यात काही सुधारणा होईल असं वाटत नाही."

"प्रीती, असे ठोकळे यापूर्वीही हिंदी सिनेमात येऊन गेले." हेमालिनी

म्हणाली, ‘‘नाव बदलून एक खोटा खोटा किस्सा सांगते अनिल भट्टी म्हणजे लाकडी ठोकळाच! मख्ख! त्याचं काय झालं, अनिल भट्टी बरेच दिवस बेकार होता. त्याला सिनेमात काम करण्याची इच्छा होती. सगळे स्टुडिओ फिरून झाले. एके दिवशी नशीबाचं दार उघडलं. त्याला फिल्म लाईनमध्ये नोकरी मिळाली. चक्क एका चित्रपटात हिरो होण्याची संधी मिळाली. (निर्मात्याची खड्ड्यात पडण्याची पूर्व तयारी) घरी उत्साहानं आला. आपल्या भोळ्याभाबड्या आईला म्हणाला, ‘‘मा, मुझे फिल्म लाईनमे हिरो बननेकी नोकरी मिल गयी.’’

‘‘अच्छा हो गया, तेरी बेकारी खतम हो गयी’’ मा म्हणाली, ‘‘लेकीन अनिल, मैने ऐसा सुना है कि फिल्म लाईन मे हिरो को ॲक्टींग करना पडता है.’’

‘‘हां मा! मैने भी सुना है.’’ अनिल भट्टी म्हणाला.

‘‘अनिल, नोकरी कर मगर एक बात ध्यानमें रखो, हीरो होकर भी ॲक्टिंग मत कर, तुम्हे मेरी शपथ है, मैने ऐसा भी सुना है कि, फिल्म बनाने के वक्त कोई डायरेक्टर नामका आदमी होता है, वो हीरो को, ॲक्टिंग करनेकी जबरदस्ती करता है, तुझे मेरी बार बार शपथ है, डायरेक्टर का मत सुनो’’ तेव्हा तो मातृभक्त अनिल म्हणाला, ‘माँ’ तेरे गळेकी शपथ खाके (हे माझं हिंदी) मैं बोलता हूँ की, मे फिल्लममे हीरो का काम करूंगा! लेकिन प्राण जाय पर ॲक्टिंग नही करूंगा!’ आईसमोर घेतलेली शपथ अनिल भट्टीनं पुढं श्रद्धापूर्वक पाळली. हीरो होऊनही तो अजूनही लाकडी ठोकळ्याप्रमाणे काम करतो. हिंदी सिनेमात, प्रत्येक कालखंडात असले लाकडी ठोकळाछाप हिरो होऊन गेले आहेत.’’

‘‘होय ना, नवरंग, बैजू बावराचे हीरो आठवले की याची खात्री पटते.’’ सोनाली म्हणाली, ‘‘प्रदीपकुमार, राजेंद्रकुमार हे दिसायला चांगले-कपड्यांच्या जाहिरातींमधल्या मॉडेलसारखे, पण अभिनय? पूछो मत, ते अभिनय करतच नव्हते तर ते जे करत होते, त्याला अभिनय म्हणायचं अशी व्याख्या रूढ होऊन बसली होती.’’

‘‘हल्ली तन्वी कुठं आहे, काय करते, पत्ताच नाही.’’ अभिषेक म्हणाला.

‘‘तन्वी म्हणजे उषा किरणची मुलगी तीच ना?’’ हेमालिनी म्हणाली, ‘‘ती शबाना आझमीची भावजय. तिचा भाऊ बाबा आझमी याची बायको. तिनं मागं एकदा टीव्हीवरच्या एका मालिकेत कामही केलं होतं.’’

‘‘कसलं काम?’’

‘‘पोलिस इन्स्पेक्टर झाली होती. कामगिरी उरकून झाली की लगेच कॉफी चवीनं पीत असे.’’

‘‘लेकरांनो, तुमच्या ज्ञानात मोलाची भर घालते. नट नट्यांचे लाखो,

'पंखे' (फॅन्स) असतात. त्यांचा असा गोड गैरसमज असतो की सर्वजण ऑक्सफर्डचे एम. ए., पी. एच. डी. असून असं काही फाडफाड इंग्लिश बोलतात की, अमेरिकेमधल्या हॉर्वर्ड युनिर्व्हसिटीच्या इंग्लिशच्या प्रोफेसरांनी आपल्या नट नट्यांकडून फाडफाड इंग्लिश बोलायला शिकावं, परंतु तसं काही नाही बरं का?''

''म्हणजे? हा काय प्रकार आहे?'' सोनालीनं विचारलं.

''मधूनच शिक्षण सोडणं असं म्हणतात. इंग्लिशमध्ये याला 'ड्रॉपआऊट' म्हणतात, मराठीत 'शाळा गळती' हा शब्द आहे. तर ऐका काही फेमस ड्रॉप आऊटसची नावं -'' हेमालिनी सांगू लागली आणि लेकरं ऐकू लागली.

''एवढी मोठी विश्वसुंदरी ऐश्वर्या राय आर्किटेक्चरचा कोर्स बीचमेच छोड दिया. तब्बू, मनिषा कोईराला आणि काजोल इयत्ता बारावी, शिल्पा शेट्टी आणि अक्षय कुमार- कॉलेज मध्येच सोडलं. राणी मुखर्जी-शालेय शिक्षण पूर्ण. अभिषेक बच्चन मॅनेजमेंटचा कोर्स करायला 'अमेरिकन ब्राह्मण' जिथं तयार होतात त्या बोस्टन इथं गेला आणि शिक्षण पूर्ण न करताच परत आला.''

''अरे बाप रे! या सर्वांचा फिल्म इंडस्ट्रीमध्ये केवढा दबदबा आहे!'' प्रीती विन्टा, मातोश्रीच्या मुखातून अप्रतिम माहिती ऐकून चकितच झाली.

''तरी बरं, रितेश देशमुख-''

''मुख्यमंत्री विलासराव देशमुख यांचा मुलगा ना?'' सोनालीनं विचारलं.

''हो तोच.'' हेमालिनी म्हणाल्या, ''तोच तो अभिनेता आहे. पण तो त्याआधी आर्किटेक्ट आहे.''

''अभिषेक, मी मघापासून आठवण्याचा प्रयत्न करते. बिपाशा बसूची पहिली फिल्म कोणती? तसं मला पण माहीत आहे रे. पण नेमकं आता आठवत नाही. तुला माहीत आहे काय?'' सोनालीनं विचारल्यावर अभिषेक म्हणाला, ''हात तिच्या! मै तो यूं करके कहूंगा, 'अजनबी' हा बिपाशा बसूचा पहिला चित्रपट होय. अब्बास मस्तान दिग्दर्शक होते. सोनाली आणखी थोडी माहिती सांगतो. 'आखरी मुगल' हा खरं म्हणजे अगदी पहिला चित्रपट होता. पण तो निघालाच नाही. म्हणून 'अजनबी' पहिला.''

''जावेद अख्तर एकदम किंवा आस्ते आस्ते शबाना आझमीकडे कसा काय वळला 'अे प्रीती' तुला माहीत आहे का?'' सोनालीनं प्रीती विन्टाला विचारल्यावर प्रीती म्हणाली, ''माहीत नसायला काय झालं? हनी इराणीबरोबर सुखाचा संसार चालू होता. पण जावेद अख्तरला शेरोशायरी लिहिण्याचा छंद लागला. कैफी आझमी म्हणजे यातले दादा. जावेदचं या निमित्तानं कैफी आझमी यांच्याकडे सतत येणं जाणं सुरू झालं. त्यातूनच जावेद आणि शबाना यांचं सूत जमलं. सूताच्या

पाठोपाठ प्रेम जमलं आणि प्रेमाच्या पाठोपाठ लग्न जमलं.'' ''नेहा धुपिया यापुढं शरीराचं उघडं प्रदर्शन बंद करणार आहे. तिनंच तसं सांगितलं आहे. अंगभर कपडे घालूनच ती सिनेमात काम करणार आहे. काय होतं बघितलं पाहिजे.'' अभिषेक म्हणाला, तेव्हा हेमालिनी म्हणाली, ''काय डोंबलं होणार आहे? कोणताच निर्माता तिला सिनेमात काम देणार नाही. पब्लिकला पण आवडेल का?''

''करिष्मा कपूरनं संजय कपूर गाठला आणि करीना कपूरला शाहीद कपूर पाहिजे.'' प्रीती विन्टा म्हणाली, ''दोघींनाही माहेर सासर कपूरच पाहिजे.''

''शाहीद कपूरला करीना पसंत आहे का?'' हेमालिनीनं विचारल्यावर प्रीती विन्टा म्हणाली, ''पसंत नसायला काय झालं? काय वाटेल ते झालं तरी आपलं लग्न शाहीद कपूरशीच व्हावं अशी तिची परमेश्वराला प्रार्थना आहे. आपली आई बबिता हिच्या मार्फत शाहीदची आई नीलिमा हिच्याकडे आपली इच्छा कळवली आहे. करीनानं वयाची चोवीस वर्षे पूर्ण करून पंचविसाव्या वर्षात हल्लीच प्रवेश केला आहे. आता फार वाट बघणं नको असं तिला वाटू लागलं आहे.''

''आयेशा टाकिया ग्रेटच आहे हं-'' प्रीती विन्टा सांगू लागली. ''चित्रपटासाठी निर्मात्याशी करार करावा लागलो तसा करार आयेशा टाकियासुद्धा करते. तसं करावंच लागतं. पण आयेशा टाकियासुद्धा निर्मात्याकडून त्याच्या सहीनिशी एक करार लिहून घेते.''

''अरे बाप रे! कसला करार लिहून घेते?'' असं अभिषेकनं विचारल्यावर प्रीती विन्टा म्हणाली, ''त्या करारात असं लिहिलेलं असतं की 'मी बेडरूम सीन करणार नाही' साधे नाही आणि सेक्सी तर नाहीच नाही. त्याचप्रमाणे मागणी असली तरी पोहण्याचा ड्रेस घालणार नाही. अंगभर कपडे घालूनच काम करीन.''

''हिचं कुठं प्रेम जमणं शक्यच नाही.'' अभिषेक म्हणाला, ''एकदम कडक मामला दिसतो.''

''प्रेम म्हटलं की सगळे ढिले होतात.'' सोनाली म्हणाली, ''मी तर असं ऐकलं आहे की फरहान हा आयेशा टाकियाचा वीक पॉईंट आहे. फरहान एकदम प्रतिभावंत वगैरे आहे असं आयेशा टाकिया म्हणते.''

मी आतल्या खोलीत कॉटवर पडून ऐकत होतो. हे मधून मधून एवढ्याचसाठी सांगतो की, मी झोपलो नव्हतो माझी बायको आणि तिची माहेरची माणसं किती ग्रेट ग्रेटर ग्रेटेस्ट आहेत याबद्दल माझी खात्रीच पटली. अगस्ती ऋषीनं ज्याप्रमाणे समुद्र पिऊन टाकला होता त्याप्रमाणे या चौघा माहेरकरांनी संपूर्ण फिल्मी समुद्र पिऊन टाकला आहे. अक्षरशः कोळून प्याले आहे. फरहान कोण हे मला देवाशप्पत (गळ्याला माफक चिमटा) माहीत नाही. या मंडळींना मात्र त्याचा संपूर्ण बायोडेटा

तोंडपाठ आहे. तोंडपाठ अक्षरश: कारण सोनाली सांगेल-त्याच्या दाढी वजा जाता उरलेल्या गालावर तीळ आहे आणि अभिषेक सांगेल-त्याच्या पाठीवरून खाली सातव्या मणक्यापाशी तीळ आहे. हे सगळं ब्रह्मांडभर ज्ञान कुठून कसं मिळवतात याचं मला नेहमी आश्चर्य वाटतं एकदा चुकून, अक्षरश: चुकून प्रीती विन्टाला (म्हणजे बायकोला) म्हणालो, 'तुझी ती कोण बाला सिन्हा, तिचं आणि नवऱ्याचं पटत नाही. दोघे वेगळे राहतात.' असं मी चुकून आजच्या पेपरात वाचलं असं सांगायचा अवकाश ती लगेच म्हणाली, "मीडीयाला नाही उद्योग, काय वाटेल ते छापतात. परवाच एका मुलाखतीत बाला सिन्हानं खुलासा केला आहे ती म्हणाली, 'लोक काय वाटेल ते सांगत सुटतात म्हणे, आमचं दोघांचं पटत नाही म्हणून वेगळे राहतो हे साफ खोटं आहे. शूटिंगमधून सवड मिळाली की चार सहा महिन्यांनी आठवणीनं मी त्याला भेटते. चुकून कधी एखादं वर्ष लागतं भेटायला जायला. लगेच पेपरवाले काय वाटेल ते छापतात.' अहो हा खुलासा तुम्ही वाचलेला नसणार?"

मला आणखी एका गोष्टीचं आश्चर्य वाटतं, माझ्या सासूबाई-सीताबाई कुलकर्णी पण त्या वयानं हेमामालिनीच्या वयाच्या असल्यामुळे स्वत:ला एक मा कमी हेमालिनी म्हणवून घेतात. काळ्याचे पांढरे झाले तरी पांढऱ्याचे नियमितपणे काळे करून चिरतरुण दिसण्याचा खटाटोप करतात. पावडर, क्रीम, लिपस्टिक काही विचारू नका. त्यांना कायम वाटतं आपण सतत पंचविशीतच आहोत वयाच्या पन्नासाव्या वर्षीही ह्यांना वय विचारलं असता त्या 'अल्लडपणा' ने माफक लाजत म्हणाल्या, 'पंचवीस' तेव्हा प्रश्नकर्त्याने विचारलं, 'मॅडम पंचविशी चालू झाल्यानंतर पुढची तब्बल पंचवीस वर्षे कोमात होता काय आणि आता नुकत्याच शुद्धीवर आलात काय?' एकूण प्रकार असा आहे. तिकडे माझे सासरे बाबासाहेब सुखी आहेत. कारण सगळा काफिला माझ्या घरी असतो. या चौघांना ग्रंथाप्रमाणे बाईंडिंग करावं, त्या 'ग्रंथा'वर सोनेरी अक्षरात 'एनसायक्लोपिडिया सिनेमाका' असं लिहावं आणि तो ग्रंथ पुस्तकांच्या कपाटात ठेवावा. इतकं प्रचंड चित्रपट ज्ञान त्यांच्याकडे आहे. अरे बाप रे! आता गाण्यांच्या भेंड्या (अन्ताक्षरी) सुरू होत आहेत असं दिसतं. आपण स्वस्थ पडून राहावं.

हेमालिनी : आज आपण फक्त मुकेशनं गायलेल्या गाण्यांच्या भेंड्या खेळू या.
मी पहिलं गाणं सांगते.
फूल आहिस्तासे फेको - क

प्रीती विन्टा : कभी कभी मेरे दिल मे खयाल आता है - ह

सोनाली : होनी तो होके रहे - ह

अभिषेक :	हो नैना तेरे नैना - न
हेमालिनी :	नाज था जिसपे मेरे - र
प्रीती विन्टा :	रात और दिया जले - ल
सोनाली :	लाखो तारे आसमान में - म
अभिषेक :	मेरी तमन्नाओंकी तसवीर - र
हेमालिनी :	रास्तेका पत्थर किस्मत - त
प्रीती विन्टा :	तुम्हारे लिये बदनाम - म
सोनाली :	मुझे कहते है कल्लू कव्वाल - ल
अभिषेक :	लायी खुशी की दुनिया - य
हेमालिनी :	यह राखीबंधन है - ह
सोनाली :	हम तो तेरे आशिक - क
अभिषेक :	किसी नरगीसी नजर को दिल मे देंगे हम - म
हेमालिनी :	मेरा नाम राजू, घराना अनाम - म
प्रीती विन्टा :	मैं तो हर मोडपर तुजको दूँगा सदा - द
सोनाली :	दिल जो कहेगा, मानेंगे - ग
अभिषेक :	गोरे गोरे चांदसे मुखपर कालीकाली आंखे - ख
हेमालिनी :	खुशी की वो रात आ गई - इ
प्रीती विन्टा :	इक दिन बिक जायेगा माटी के मोल
हेमालिनी :	भेंड्या पुरे, अभिषेक तू सांग, 'जाने कहा गये वो दिन' या गाण्याची पूर्ण माहिती.
अभिषेक :	हे गाणं राज कपूरच्या 'मेरा नाम जोकर' मध्ये राजकपूरच्या तोंडी आहे. गीतकार - शैलेंद्र, दिग्दर्शक : राजकपूर, संगीत दिग्दर्शक : शंकर जयकिशन, गायक : मुकेश.
हेमालिनी :	संपूर्ण बरोबर, सोनाली हेच गाणं सगळं म्हणून दाखव.
सोनाली :	जाने कहाँ गये वो दिन कहते थे तेरी राहमें नजरों को हम बिछायेंगे चाहे कही भी तुम रहो चाहेंगे हम तुमको उम्रभर तुमको न भूल पायेंगे जाने कहाँ... मेरा कदम जहाँ पडे

सज दे किये यार ने
मुझको रुला दिया
जाती हुई बहारने
जाने कहाँ...
अपनी नजरमे आजकल
दिन भी अंधेरी रात है
सायाही अपने साथ है
जाने कहाँ...

हेमालिनी : शाबास सोनाली, माझी मुलगी शोभतेस. अय्या! कमालच आहे. आपण दुपारी एक वाजता गप्पाटप्पा करत बसलो होतो. आता चक्क सहा वाजले. अे प्रीती चहा कर ग. आम्ही चहा घेऊन निघतो. निघतांना 'ह्यां' च्यासाठीही कपभर चहा दे. ते घरात झोपलेत की जागे आहेत कुणास ठाऊक?

सर्वजण चहा घेऊन स्वगृही गमन करतात. या घरात मी आणि त्या घरात माझे सासरे. आम्ही दोघांनी मागल्या जन्मी काय पाप केलं होतं कुणास ठाऊक? घरातली सगळी माणसं सिनेमाळलेली आहेत. माझी परमेश्वराला रोज प्रार्थना असते, 'हे दयाघन परमेश्वरा मला ठार बहिरा कर. रक्ष रक्ष परमेश्वर!'

●●●

.४.

आकड्यांचीही व्यक्तिमत्त्वे

धाडस करून मी व्यक्तिमत्त्व या शब्दाचं अनेक वचनी 'व्यक्तिमत्त्वे' असं रूप केलं आहे. काही शब्द असे असतात की, शतकानुशतकं त्यांची अनेकवचनी रूपं करायची राहूनच गेलेली असतात. सूर्य आणि पृथ्वी एकमेकांच्या संपर्कात आले या गोष्टीला आता ४६० कोटी वर्ष होऊन गेली. ४६० कोटी वर्षं दररोज सकाळ संध्याकाळ होत असते. परंतु या दोन शब्दांची अनेकवचनी रूपं करायची राहूनच गेलं. विवाहसंस्था निर्माण होऊन हजारों वर्षं झाली. तेव्हापासून पत्नी हे नातं निर्माण झालं. पुढं असंख्य राजांनी, श्रीमंतांनी अनेक लग्नं करून पहिल्या पत्नीला सवती आणल्या. दशरथ राजाला तीन राण्या होत्या. राणीचं राण्या असं अनेकवचनी रूप झालं पण पत्नी एकवचनीच राहिली. पत्नी या शब्दाचं अनेकवचनी रूप 'पत्न्या' असं दशरथानेसुद्धा केलं नव्हतं. व्यक्तिमत्त्व शब्दाचं अनेकवचनी रूप करायचं राहूनच गेलं. सकाळ, संध्याकाळ आणि रात्र, या तिघीजणी सख्ख्या अकारान्त बहिणी, (अर्थात स्त्रीलिंगी) परंतु रात्र या शब्दाचं, 'रात्री' असं अनेकवचन मागंच झालं परंतु सकाळ आणि संध्याकाळ अजूनही सिंगलच आहेत. असो. आपण तरी काय करणार?

मुख्य विषय आहे, आकड्यांची व्यक्तिमत्त्वे. खूप माणसांना व्यक्तिमत्त्व असतं आणि असंख्य माणसांना ते नसतंही. बांधेसूद शरीर, सुंदर बांधा, अलौकिक बुद्धिमत्ता, कोणत्या ना कोणत्या गोष्टीत प्रावीण्य, शौर्य, असंच आणखी काही काही असलं की

व्यक्ती चारचौघांत उठून दिसते. हे जे चारचौघांत उठून दिसणं असतं ना त्यालाच व्यक्तिमत्त्व म्हणतात. अब्राहम लिंकनचा चेहरा सामान्य होता, शरीरही भरीव नव्हतं परंतु व्यक्तिमत्त्व, देखण्या केनेडी आणि क्लिंटन यांच्यापेक्षा काकणभर जास्तच होतं. ग्रीसमधील अथेन्स शहरात सुमारे अडीच हजार वर्षांपूर्वी एक माणूस होऊन गेला. दिसायला अगदीच बेंगरूळ. टक्कल पडलेलं, घुमटासारखं उंच डोकं, तुलनेन चेहरा लहान, गोल आणि वरच्या बाजूला सरकलेलं नाक, लांब दाढी, ती दाढी त्या चेहऱ्याला शोभून दिसत नव्हती. त्याचा कुरूपपणा सर्वांच्या टिंगल टवाळीचा विषय होता. व्यवसाय दगड फोडण्याचा, अर्धकुशल शिल्पकार वगैरे वगैरे. या वरून हा इसम नक्की फालतू असणार; अंदाज साफ चुकला. हा माणूस इसम वगैरे नसून चक्क सॉक्रेटिस होता. आता बोला! केवढं प्रचंड व्यक्तिमत्त्व होतं. कसं दिसायचं आणि व्यक्तिमत्त्वाचं तसं नातं वगैरे काही नाही. व्यक्तिमत्त्व ही निराळीच चीज आहे.

आकड्याचंही माणसांसारखंच आहे. काही आकड्यांचं व्यक्तिमत्त्व उघड उघड दिसतं तर, काही आकडे छुपे रुस्तुम असतात. या आकड्यांना कसलं आलं आहे व्यक्तिमत्त्व? पण तसं नसतं. आकड्याचं व्यक्तिमत्त्व देखनेकी चीज नही, सोचने की चीज है. याचंच प्रत्यक्ष उदाहरण पहा.

प्रख्यात गणितशास्त्रज्ञ रामानुजम यांना भेटण्याठी एक इंग्लिश गृहस्थ आले होते. ते रामानुजम यांना सहज म्हणाले, 'आता मी ज्या टॅक्सीनं आलो त्या टॅक्सीचा नंबर १७२९ होता. अगदी रुक्ष बिनचेहऱ्याचा नंबर!' त्यावर रामानुजम चटकन म्हणाले, 'छे हो! फारच ग्रेट नंबर आहे. २ घनमुळांची बेरीज दोन वेगवेगळ्या पद्धतीनं दर्शवणारा हा सर्वात मोठा आकडा आहे.

$$१७२९ + १२^३ + १^३ = १०^३+९^३$$

हे पाहून ते गृहस्थ थक्क झाले. ते होते ख्यातनाम गणितशास्त्रज्ञ प्रा. जी. के. हार्डी - रामानुजमचे प्राध्यापक.

६९ हा आकडा अगदी बिनचेहऱ्याचा आहे. मख्खपणे बसला तर नाकावरची माशीसुद्धा हलणार नाही. पण याच ६९ चं कर्तृत्व बघा. थक्क होऊन तोंडात बोट घालायलासुद्धा विसराल. १७६९ साली नेपोलियन बोनापार्टचा जन्म झाला. १८६९ साली गांधीजींचा जन्म झाला. १९६९ साली आचार्य अत्रे यांचं निधन झालं आणि याच १९६९ साली पहिला मानव चंद्रावर गेला. इतर कोणत्याही आकड्याची आहे का ही हिंमत? ६९ ला डायरेक्ट चंद्रावर जायची संधी मिळाली होती.

आपण आता शून्यापासून सुरुवात करू या. शून्याला आकड्याचं स्टेटस नाही पण आकड्यांचं सामर्थ्य दहाच्या पटीत वाढवण्याचं महासामर्थ्य शून्यात आहे? म्हणजे एक आर्थिक दृष्ट्या सर्वात गरीब, पण शून्य मदतीला धावून आलं आणि १ ची किंमत दसपट होऊन १ ला दहात्व प्राप्त झालं. पुढच्या खेपेला भेटायला आलं ते दहाला. १० च्या शेजारीच येऊन बसलं. ताबडतोब १० ची परिस्थिती दसपट सुधारली. १०० झाली. प्रत्येक व्हिजिटच्या वेळी १ चा भाव वाढतच चालला. तिसऱ्या व्हिजिटच्या वेळी मूळच्या १ ला एक हजाराची किंमत प्राप्त झाली. असं 'अनन्त' पर्यंत १-१ शून्य वाढवत जा. मूळ संख्येची किंमत दसपट वाढत जाते.

शून्य ही हिंदुस्थाननं जगाला दिलेली महान देणगी आहे. हे वाक्य आतापर्यंत इतक्या वेळा उच्चारून झालं आहे की, एक वर किमान १० शून्यं दिली तरी कमीच होतील. शून्यानं पहिला दणका संपूर्ण विश्वालाच दिला आहे. 'हे विश्व शून्यातून निर्माण झालं आहे.' असं मोठमोठे तत्त्ववेत्ते सांगतात. म्हणजे शून्य, विश्वाचा पिताश्री आहे. वसिष्ठ ऋषी अरण्यात सामान्य आश्रमात राहात होते. आर्थिक परिस्थिती निष्कृष्ट होती. पण दिलीप, रघू, दशरथ, राम आदी राजे वंशपरंपरा वसिष्ठांकडे कार्यसिद्धीसाठी जात असत. इथं वसिष्ठ म्हणजे शून्य आणि राजे म्हणजे आकडे असं समजा. शून्याची मार्केट व्हल्यू अक्षरश: शून्य, परंतु असं असूनही १ पासून, ९ पर्यंतचे आकडे शून्याकडे येऊन 'आमचं सांख्यिक मूल्य वाढवा, आम्हांला दसपट, शतपट, सहस्रपट, लक्षपट, कोटिपट मोठे करा, अशी विनवणी करतात. शून्य उदार आहे. स्वत: अनेक पटींनी विस्तारित होऊन त्यांच्या मागण्या पूर्ण करतं.

'पूर्ण' बद्दल 'बृहदारण्यक उपनिषदा' त म्हटलं आहे. 'पूर्णस्य पूर्णमादाय पूर्णमेवावशिष्यते' (पूर्णातून पूर्ण बाजूला काढलं तरी, पूर्ण पूर्णच राहतं). याच चालीवर, 'शून्यं शून्यमादाय शून्यमेवावशिष्यते' असा पाठभेद तयार केला तरी चालू शकावा. गणितज्ञ गणिताचे उपासक असतात तर साहित्यिक विश्वापर्यंत झेप असणाऱ्या 'अगणिता'चे उपासक असतात. पर्यायानं ते गणिताचे उपासक नसतात. म्हणजेच १ ते ९ चे उपासक नसतात. बाकी राहिलं 'शून्यमूल्य' शून्य. अनेक साहित्यिकांना गणितात शून्य मार्क मिळतात त्याचं कारण हेच असावं.

अथ १ : १ हा आकडे घराण्याचा मूळ पुरुष. १ ला २ पासून ९ पर्यंत ८ भावंड आहेत. ९ च्या ९ भावंडं जगभरच्या गणितात एकीनं वागतात, एकजुटीनं वागतात, एकमतानं वागतात. ठरवून दिलेल्या मूल्यापेक्षा अधिक मूल्य एकाही

आकड्यांनं वाढवून घेतलं नाही. १ ते ९ भावंडांची ही शिस्त वाखाणण्यासारखी आहे. १ नं आपलं मूल्य अर्ध्यानं जरी वाढवलं तरी लोक लगेच बेरीज करून त्याला दीड शहाणा म्हणतात. शून्याचं शून्य म्हणून महत्त्व निराळं आहे आणि आकडा म्हणून १ चं महत्त्व निराळं आहे. प्रथम १ चा जन्म झाला. तिथून सर्वसर्व गोष्टींचा जन्म झाला. म्हणून 'एक:सूते सकलम्' असा १ चा गौरव केला जातो. कुठं जा, आद्य मानव अर्थात एकच होता. म्हणून आद्य. तिथून वाढत वाढत कुटुंब नियोजनाला टांग मारत मारत ६०० कोटींच्याही वर मानवांची संख्या जाऊन पोहोचली. आपल्या मनूला किंवा त्या ॲडमला आता पश्चात्ताप झाला असेल, आपण एक (टे) असून हे काय करून बसलो!' 'एक:सूते सकलम्' चा हिसका हा असा असतो.

स्वत:च मूळ पुरुष असल्यामुळे १ स्वभावानं काहीसा जादा शिष्ट आहे. तो स्वत:ला 'नंबर वन' समजतो आणि दोनला 'दुय्यम', तीनला 'तिय्यम' आणि पुढच्या आकड्यांना ऑर्डिनरी समजतो. अत्युत्तम, सर्वश्रेष्ठ, सर्वोच्च, जे काही असेल ते फक्त आपणच एकमेव आहोत असा एकचा दृढ समज आहे. १ चं वर्चस्व सर्वत्र आहे. देव शेकडो असले तरी परमेश्वर एकच आहे. एक चा प्रभाव एवढा जबरदस्त आहे की, प्रत्यक्ष परमेश्वरालासुद्धा शेजारच्या दोन कडे कधीही जाता येत नाही. आकाशात (अवकाशात) भले अब्ज अब्ज अब्जावधी प्रचंड तारे असोत, पण त्या सर्वांना सामावून घेणारं आकाश एकच आहे. कोर्टात शपथेवर सांगायची सोयिस्कर सत्ये पाच आहेत. १) आरोपीचं सत्य, २) साक्षीदारांचं सत्य, ३) फिर्यादीचं सत्य, ४) वकिलांचं सत्य, आणि ५) या चार सत्यांतून न्यायाधीशानं मंथन करून काढलेलं सत्य. अशी ५ सत्ये असली तरी, मूळचं आध्यात्मिक सत्य एकच आहे. हे सत्य परमेश्वरवाचक पर्यायी शब्द आहे. १ चा प्रभाव विलक्षण आहे. १ चं व्यक्तिमत्त्व पाहून १ किती मोठा आहे याची कल्पना आहे. 'आद्य अंक' या विशेषणामुळे १ चं व्यक्तिमत्त्व आणखी उठावदार दिसतं.

१ च्या अंगाला अंग लावून बसलेला २ हा सुद्धा पॉवरबाज आहे. दुहेरी व्यक्तिमत्त्व २ चं च्यवच्छेदक लक्षण आहे. एक हे आणि दुसरं ते असं विरुद्ध पद्धतीनं वागणं हा २ चा जन्मजात गुण असावा एकंदरीत दिसतं. एकाचं दोन करून सांगण्यात २ निष्णात आहे. याला चहाड्या असं म्हणतात. हे कार्य २ ला छान जमतं. २ च्या स्वभावाचे अनेक चमत्कारिक पैलू आहेत-आद्य शंकराचार्य म्हणतात - परमात्मा आणि आत्मा एकच ओत. 'जीवो ब्रह्मैव नापर:' जीव म्हणजे आत्मा आणि ब्रह्म म्हणजे परमेश्वर. दोन्ही एकच आहेत. पण २ ला हे पटत नाही. २ नं लगेच मध्वाचार्यांना भेटून 'जीवेश्वरो भिन्नो' असं ठणकावून जाहीर करायला

सांगितलं. जीव आणि ईश्वर भिन्न आहेत, हा २ चा वटहुकूम मध्वाचार्य निष्ठापूर्वक पाळतात. दुहेरी निष्ठा असणं, एकाचं दोन करून सांगणं, द्वंद्व करणं असली विघातक कृत्यं करणं २ ला मनापासून आवडतं. १९४७ पूर्वी १ च्या मालकीचा हिंदुस्थान एक होता पण २ ला हे पाहावलं नाही. २ नं १९४७ साली पाकिस्तान आणि बाकीस्थान (पाकिस्तानला देऊन बाकी उरला तो बाकीस्तान) असे दोन देश निर्माण करून आपलं कर्तृत्व दाखवून दिलं. स्वभावाला औषध आहे का? २ चं तेवढ्यानं समाधान झालं नाही. त्यानं पाकिस्तानचेही, पाकिस्तान आणि बांग्लादेश असे दोन तुकडे केले. यापूर्वी जर्मनीचे दोन तुकडे केले होते. कोरियाचे दोन तुकडे अद्यापि आहेत. २ नं व्हिएतनामचेही दोन तुकडे केले होते.

कुठं काही बरं चाललं की, २ ला बघवत नाही. एक बायको नवऱ्याबरोबर सुखानं संसार करते. परंतु, नवऱ्याला दुसऱ्यांदा लग्न करायची दुर्बुद्धी झाली की, दोन बायका सवती होतात. मग सवती सवतींची एकमेकींच्या झिंज्या उपटून रोज भांडणं होऊ लागली की २ खूश ! एखाद्या माणसाला फक्त मित्रच आहेत हे २ ला बघवत नाही. तो लगेच शत्रू पाठवतो. मित्र आणि शत्रू - २ पूर्ण. नुसतं सुख म्हणजे १ आकडा. २ लगेच दुःख पाठवून आपलं दोनपण दाखवून देतो. स्तुती - निंदा, ज्ञान - अज्ञान, आशा - निराशा, धर्म - अधर्म या जोड्यांमधील प्रत्येक उत्तरार्ध हे २ चं योगदान आहे. २ च्या पुढच्या पिढ्यातले ४, ८, १६, ३२, ६४ वगैरे वंशज चांगले निघाले. कुणीही घराण्याच्या मूळ पुरुषाच्या वळणावर गेले नाहीत. या 'वंशजां' चा हा केवढा समंजसपणा!

३ चं व्यक्तिमत्त्व संमिश्र स्वरूपाचं आहे. त्याचा संचार सर्वत्र आहे. स्वर्ग - मृत्यू - पाताळ या तिन्ही लोकापर्यंत. हे तिन्ही लोक वामनाच्या ३ पायांनी व्यापून टाकले होते. कोणतीही गोष्ट पक्की, अधिकृत करायची झाली की ती ३ च्या तोंडून वदवावी लागते. याला कोणताही धर्म अपवाद नाही, हिंदूंचं लग्न असो किंवा मुसलमानांचा घटस्फोट असो, लग्नविधीत, 'मी अतिक्रमण करणार नाही' या आशयाचे वचन, 'नातिचरामि, नातिचरामि, नातिचरामि' असं तीनदा म्हणून द्यायचं असतं. लग्न असो नाही तर घटस्फोट असो, ३ ला दोन्ही सारखेच असतात. मुसलमानांत घटस्फोट घ्यायच्या वेळी, 'तलाक, तलाक, तलाक' असे ३ वेळा म्हटलं की झाला घटस्फोट! दोन्ही ठिकाणी ३ मख्खपणे वावरत असतो. ३ इतका सर्वव्यापी आकडा दुसरा कोणताही नसेल. नुसते अर्थ घेतले तरी ते वाच्यार्थ, लक्ष्यार्थ आणि व्यंगार्थ असे ३ आहेत. गुण तसे अनेक आहेत. पण शास्त्रशुद्ध गुण ३ च आहेत. सत्त्वगुण, रजोगुण आणि तमोगुण. तुम्ही आम्ही पहिल्या दोन गुणांचे आहोत. (जंटलमेन ना!) मधूनच सवड काढून ३ स्त्रियांचीही चौकशी करून,

त्यांचेविषयी सांगतो. बारीक निरीक्षण करून ३ नं असे सांगितलं की, स्त्रियाचं मूल्य वाढवण्यासाठी, रूप, शील आणि सुस्वभाव या तीन गोष्टी आवश्यक आहेत. खुंटा हालवून बळकट अशा पद्धतीनं एखादी गोष्ट पक्की सांगायची किंवा करायची असल्यास ३ चा उपदेश पाळावा लागतो. नुसतं एकदाच 'होय' किंवा 'नाही' म्हणून चालत नाही. ३ वेळां 'होय! होय! होय!' किंवा ३ वेळा 'नाही! नाही! नाही!' असं म्हणावं लागतं. वंदन करतानाही, 'त्रिवार वंदन तुला' असं म्हणावं लागतं. तसं नाही केलं की ३ डोळे वटारून बघायला लागतो. ३ ला संगीतातही रस आहे. संगीताची व्याख्याच मुळी, 'गीतं वाद्यंच नृत्यंच त्रयं संगीतमुच्यते' अशी ३ नं करून टाकली आहे.

आपल्या महन्मंगल देशाला तर ३ नं अक्षरश: व्यापून टाकलं आहे. त्रिवेणी संगमापासून ३ नं तीर्थराज प्रयाग इथं प्रारंभ केला. शाळांतून त्रिभावा सूत्र राबवलं जातं. गणित विषयात अंकगणित, बीजगणित आणि भूमिती असे ३ विषय होतात. दहावीच्या परीक्षेत हमखास नापास व्हायचे विषयही ३ च आहेत; गणित, विज्ञान आणि नापासाधिराज इंग्लिश. ३ चं इथंही कडमडायचं काही नडलं होतं काय? त्यामुळे लाखो विद्यार्थ्यांना 'ऑक्टोबर वाऱ्या' कराव्या लागतात. आपले क्लास वन देव तेही तीनच आहेत, ब्रह्मा, विष्णू, महेश/ख्रिश्चन धर्मात 'ट्रिनिटी' आहे यातलं ट्रि म्हणजे आपलं त्रि. ट्रिनिटी म्हणजे आकाशातील पिता, त्याचा पुत्र आणि पवित्र स्पिरिट.

आपला देश तर ३ नंच व्यापून टाकला आहे. मुळात देशाची नावं ३ आहेत. राज्य घटनेप्रमाणे 'इंडिया दॅट इज भारत' आणि पारंपारिक नाव हिंदुस्थान देशाची नावंच तीन असल्यामुळे देशामध्ये लोकही तीन प्रकारे राहतात. इंडियात लोक सुखानं राहतात; भारतात लोक कसेबसे राहातात आणि हिंदुस्थानात लोक कसेबसे जगतात. (नाव जातीय असलं की अशीच दुरवस्था होणार) आपली राष्ट्रगीतं ३ - जनगण मन, वंदेमातरम आणि सारे जहाँसे अच्छा (तिसरं अभिमत. डीम्ड.) राष्ट्रभाषा ३-इंग्लिश, उर्दू आणि हिंदी. राष्ट्रध्वजाचे रंग ३ केशरी, पांढरा, हिरवा. 'घराणी' ३ - गांधी - नेहरू - गांधी.

उघड्यावरची चूल ३ दगडांची असते. कुठंही जा व्याकरणात गेलं तर वर्तमान, भूत आणि भविष्य या रूपांनी ३ नं संपूर्ण अनादि अनंत काळसुद्धा गिळकृंत केला आहे. व्याकरणातले पुरुषही तीनच. प्रथम पुरुष, द्वितीय पुरुष, तृतीय पुरुष. ३ या आकड्याची व्याप्ती किती म्हणून सांगावी? चराचर विश्व व्यापणारा परमेश्वर, विश्व व्यापूनही दशांगुळं उरला आहे (स भूमिं विश्वतोवृत्वात्याष्ठिद्दशांगुलम) त्याप्रमाणंच ३ नं विश्व पादाक्रांत करुन, औट (साडेतीन) च्या रुपानं आणखी

अर्धा उरला आहे. औट घटकेचा राजा, साडेतीन मुहूर्त, पेशवाईतले साडेतीन शहाणे हे सगळे तीनोत्तर दशांगुळंच आहेत. ३ चं व्यक्तिमत्त्व किती बहुआयामी आहे हे तुम्ही पाहिलंच आहे.

३ चं पुराण कधी संपतं याची वाट बघत

४ कधी पासून वाट पाहात आहे. चारचौघांत ३ बद्दल काही सांगणं बरं दिसणार नाही म्हणून ४ गप्प बसला होता. मनात आणलं असतं तर त्याला चारी दिशा मोकळ्या होत्या. ४ वा बारदानाही फार मोठा आहे. ४ नं चार दिशांच्या कवेत संपूर्ण पृथ्वीला ठेवलं आहे. चार दिशा या पृथ्वीच्या चतु:सीमा. त्याबाहेर पृथ्वी जाऊच शकत नाही. पृथ्वीला चार दिशांचं कुंपणच आहे. चारकडेही अनेक महत्त्वाच्या गोष्टींचा साठा आहे. हत्ती, घोडदळ, रथ आणि पादचारी सैनिक असे ४ मिळून चतुरंग सैन्य तयार होतं. ४ चा हा बहुमान आहे. वेदासारखे पूजनीय ग्रंथ ४ कडे आहेत. आयुष्याचे किती टप्पे असावेत हेही ४ नंच ठरवून दिलं आहे. चार आश्रम, ब्रह्मचर्याश्रम, गृहस्थाश्रम, वानप्रस्थाश्रम आणि संन्यासाश्रम. ४ मजेशीरच आहे. एकीकडे पृथ्वीला कुंपण घालतो, चतुरंग सैन्याची रचना करतो तर दुसरीकडे खाण्याचे चोचले करतो. ४ सर्व प्रकारच्या पदार्थांचा चवीनं आस्वाद घेत असतो. पोटात जायचे पदार्थ ४ प्रकारचे असतात. खाद्य-खायचे, पेय-पिण्याचे, चोष्य-चोखण्याचे आणि लेह्य-चाटण्याचे. ४ आकडा यातही आघाडीवर असतो. खाद्य म्हटलं की लाडू, पेय म्हटलं की मसाल्याचं दूध, चोष्य म्हटलं की चॉकलेट आणि लेह्य म्हटलं की श्रीखंड, ४ ची अशी चंगळ असते.

चातुर्वर्ण्याबद्दल खूप आरडाओरडा झाला तरी, चार चातुर्वर्ण्य सोडत नाही. ४ नं आयडिया केली. ब्राह्मण, क्षत्रिय, वैश्य आणि शूद्र हा परंपरागत चातुर्वर्ण्य त्यानं सोडला पण नवा सुरू केला. कोणत्याही मोठ्या ऑफिसात जा. तिथं 'निओ चातुर्वर्ण्य' अधिकृतरित्या चालू असतो. क्लास वन, क्लास टू ऑफिसर, क्लास थ्री कारकून शिक्षकादी, क्लास फोर प्यून, स्वीपर वगैरे. क्लास फोर कर्मचाऱ्यानं क्लास वनच्या खुर्चीवर बसणं हा दखलपात्र गुन्हा आहे. तात्पर्य काय, ४ नं चातुर्वर्ण्य नवीन स्टाइलीत चालू ठेवला आहे. चौऱ्यांशी लक्ष योनीतून मुक्ती पाहिजे असेल, तर 'चारं शरणं व्रज' सलोकता, समीपता, सरूपता आणि सायुज्यता हे मोक्षप्राप्तीचे चार टप्पे आहेत. चारविषयी आणखीही खूप सांगण्यासारखं आहे. पण आटोपतं घेतो, कारण ५ मघापासून ताटकळत उभा आहे. चारसुद्धा व्यक्तिमत्त्वसंपन्न असा आहे.

५ हा ४ च्या शेजारच्याच फ्लॅटमध्ये राहतो. चार ४ नंबरमध्ये राहतो आणि पाच ५ नंबरमध्ये राहतो. एकमेकांचे फार जुने शेजारी आहेत. ५ सुद्धा ग्रेट

आहे. ५ आहे म्हणून प्रत्येक माणसाचे पंचप्राण आहेत. प्राण, अपान, व्यान, उदान आणि समान ही उपकारकर्त्या पंचप्राणांची नावं आहेत. प्रत्येक माणसाला सतत जिवंत ठेवण्याची जबाबदारी या पाच जणांवर आहे. ५ चाही आवाका एवढा मोठा आहे की, 'स्काय इज दि लिमिट'. एवढंच काय, प्रत्यक्ष परमेश्वरसुद्धा 'पाचा मुखी' बोलत असतो. पाचजणांनी एकमुखी निर्णय केला की, या पाचजणांच्या मुखांतून परमेश्वरानंच निर्णय जाहीर केला आहे असं मानलं जातं. म्हणून तर 'पाचांमुखी परमेश्वर' ही म्हण निर्माण झाली. संपूर्ण देशाच्या विकासासाठी जेव्हा योजना आखल्या जातात. मग रशियामधल्या असोत किंवा हिंदुस्तानामधल्या असोत, त्या योजना नेहमी पंचवार्षिकच असतात. असली योजना, चतुर्वार्षिक, षड्वार्षिक, सप्तवार्षिक वगैरे असल्याचं कुणी कधी ऐकलं आहे काय? आपल्या देशातल्या निवडणुकासुद्धा पंचवार्षिकच असता ऐसपैस आरती असल्यास ती पंचारतीच असावी लागते. शरीरातही ही पंचकडी आहेच. ५ ज्ञानेंद्रियं आणि ५ कर्मेंद्रियं (जाता जाता: ज्ञानात ५ ग्रॅम भर हृषीक म्हणजे ज्ञानेंद्रियं आणि ईश म्हणजे स्वामी, मालक - हृषीक आणि ईश मिळून हृषीकेश. हे विष्णूचं नाव आहे जगातल्या सर्व 'ऋषिकेश' 'रुशिकेश', रिषीकेश, रिशिकेश' यांनी आपल्या नावात, 'हृषीकेश' अशी दुरुस्ती करावी.)

५ ला वैद्यकशास्त्र अवगत आहे. झाडाच्या पाच अंगापासून औषधं तयार करता येतात. 'त्वक (साल) पत्रं (पान) कुसुम (फूल) मूलं (मुळी) फल (फळ) एकस्य शाखिन: एकत्र मिलितं चैतत पंचांगमिति संज्ञितम'. ५ ज्योतिषातही पारंगत आहे. पंचांग हा त्याचा पुरावा. पंचांग म्हणजे काय ते पाहा 'तिथिर्वारश्च नक्षत्रं योग: करणमेव च पंचांगैरन्वितं ह्ये तै पंचांग तदविदो विदु:' तिथी, वार, नक्षत्र, योग आणि करण असे पाच मिळून जे होतं त्याला पंचांग म्हणतात. शीख धर्मातही पाच ला महत्त्वाचं स्थान आहे. पंच 'क' कार म्हणजे 'क' च्या बाराखडीतील अक्षरानं सुरू होणाऱ्या पाच वस्तू-त्या वस्तु आहेत. कच्छ (आखूड वस्त्र), कडे, कृपाण (हत्यार), कंगा (कंगवा आणि केस, गणपतीच्या नैवेद्यातही पाचनं प्रवेश करून घेतला आहे. पंचखाद्य म्हणजे पाच वस्तू एकत्र करून केलेला नैवेद्य. त्या पाच वस्तू अशा आहेत; खारीक, खोबरं, खसखस, खिसमिस आणि खडीसाखर (खिसमिस म्हणजे बेदाणा) इथं 'खाद्य' शब्दावर श्लेष आहे. 'ख' हे अक्षर (बाराखडीतलं कोणतंही) आद्य म्हणजे प्रारंभी आहे ते ख आणि आद्य मिळून 'खाद्य' असे शब्द तयार होतो.

पाच हे व्यक्तिमत्त्व साधंसुधं नाही पाच महाकाव्यांची नावंच वाचा. रघुवंश, कुमारसंभव, किरातार्जुनीय, शिशुपालवध आणि नैषधचरित. एकीकडे ५ पंचममहाभूतं

आहे, वैद्य आहे, ज्योतिषी आहे, आणखी बरंच काही आहे. पण ५ स्नानसुद्धा पाच प्रकारांनी करतो - १) संपूर्ण स्नान - साबण वगैरे लावून, २) वस्त्र स्नान - ओल्या फडक्यानं अंग पुसणं, ३) जानु स्नान - तळपायांपासून गुडघ्यापर्यंतचा भाग पाण्यानं धुणं, ४) काकस्नान - उभ्या उभ्या दोन तांबे अंगावर ओतले की, झालं काकस्नान आणि ५) गुटिका स्नान - गुटिका म्हणजे गोळ्या, रविवारी आणि अन्य सुटीच्या दिवशी आळस, सर्वात आधी शरीरात शिरतो. मग स्नानाचा आळस, पर्याय म्हणून गुटिकास्नान, स्नान करायचंच नाही. अशा नकारात्मक स्नानाला गुटिकास्नान म्हणतात. प्राकृत भाषेत या स्नानाला 'आंघोळीची गोळी घेणं' असं म्हणतात. भारदस्त शब्द 'मन:स्नान' आपण स्नान केलं बरं का असं मनातल्या मनात म्हणायचं झालं मन:स्नान अथवा गुटिका स्नान.

आपल्याकडचे पन्नास टक्के प्रेम करणारे उपाशी प्रेमवीर पाच प्रकारचे असतात. ५ नं इथं कडमडायचं काही नडलं होतं काय? आकड्यांच्या राज्यात आपली प्रतिमा आदरणीय आहे हे माहीत असूनही ५ असले उद्योग करतो.

प्रकार १) ती पुढं चालत असते आणि तो तिच्या मागून मागून जात असतो. या (निष्फळ) पदयात्रेला 'लाअिनोद्योग' असं म्हणतात.

२) कॉलेजजवळच्या कॉर्नरवर 'निढळावरी कर ठेवुनी' अप्राप्य पोरीची वाट पाहात उभे राहणारे प्रेमवीर यांना रोडसाईड रोमिओ' अशी संज्ञा आहे.

३) सामनेवाले खिडकीमे एक चांदका टुकडा रहता है अशी ती ओझरती दिसते. तिचं ते ओझरतेपण बघण्यासाठी, तासनतास उभं राहणं याला 'विफल कर्मयोग' (कर्मात पक्षी नशिबात लिहिलेला योग म्हणतात.)

४) काही फिफ्टी परसेंट प्रेमवाल्या उपाशी प्रेमवीरांची मजल डायरेक्ट माधुरी दीक्षित, ऐश्वर्या राय पर्यंत असते. जागेपणीच्या खोट्या खोट्या स्वप्नात तिला आणून तिच्याबरोबर चम्मत ग करणं. आणि-

५) काही प्रेमवीरांना उगीचच वाटतं की आपल्या हाऊसिंग सोसायटीमधली सुप्रिया सहज मिळणेबल आहे. हे तो स्वत:च मनानं ठरवतो, आणि एके दिवशी तिला डायरेक्ट विचारायचंच असं ठरवतो.

'माझी होशिल का' हे गाणं ही गुणगुणतो. देवाचं नाव घेतो आणि प्रेमदेवीला सरळ सरळ म्हणतो 'आय लव्ह यू!' लगेच उत्तर येतं. 'सपासप, सपासप, सपासप' असा ६० - ७० वेळा (म्हणजे हातातली चप्पल तुटेपर्यंत) आवाज येतो. फिफ्टी परसेंट एकतर्फी प्रेम करणाऱ्यांचे हे असे एकंदर पाच प्रकार आहेत. या सर्व गोष्टी पाहिल्या म्हणजे ५ या आकड्याच्या व्यक्तिमत्त्वाचा एकूणच आवाका किती मोठा आहे याची सहज कल्पना येईल.

वाचकहो आकडे दिसायला रुक्ष दिसतात. परंतु प्रत्येक आकड्याच्या ठायी नाना कळा आहेत. झलक म्हणून फक्त पाच आकड्यांचा थोडासा सविस्तर परिचय करून दिला आहे. असं सविस्तर सर्वच आकड्यांबद्दल लिहीत गेलो तर एक स्वतंत्र पुस्तकच होईल. एकदा पुस्तक म्हटलं की १ ते १०० सर्वांनाच त्यात घ्यावं लागेल. शतकोत्तरही पाचशे, हजार, दहा हजार, लक्ष, कोटी, अब्ज, खर्व, नंतर त्यानंतर परार्ध असे एकापेक्षा एक दादा आकडे आहेत. हजारावर सविस्तर लिहून 'लक्ष' वर दोन ओळीत लिहून चालणार नाही. लक्षचं लक्ष बरोबर असतं म्हणून पाच हीच मर्यादा ठरवून टाकली.

इथून पुढं निवडक आकड्यांचं व्यक्तिमत्त्व अगदी थोडक्यात सांगणार आहे. सहा पासूनच सुरुवात करतो.

सहा ची सुरुवात 'षड्रिपू' पासून होते. ६ शत्रू किंवा ६ मानवी विकार यात सगळा माणूस आला. यात ६ च्या विळख्यामधून कुणी सुटला नाही. काय चार साधुसंत सज्जनांचा अपवाद असेल तेवढाच. या ६ दुर्जनरावांची नावं अशी आहेत. काम, क्रोध, मोह, लोभ, मद आणि मत्सर. एकीकडे हा प्रकार तर दुसरीकडे दुसरा प्रकार. ६ च्या आवडीनिवडी चोखंदळ आहेत. नुसतंच गोड, नुसतंच तिखट चालत नाही. गोड, आंबट, तिखट, कडू, खारट आणि तुरट अशा सहा प्रकारच्या चवींचा स्वयंपाक असेल तरच, 'वदनि कवळ घेता' हा श्लोक जेवू लागेल.

६ चा स्वभाव चमत्कारिक आहे. षड्रिपूंबद्दल आत्ताच सांगितलं आणखी एक वाईट खोड ६ ला आहे. गुप्त गोष्ट फोडण्याची. याची सुरुवात ६ करतो आणि मग ही गोष्ट कर्णोपकर्णी गावभर पसरते. समजा श्री. अ आणि श्री. ब हे दोघे मित्र आहेत. त्या दोघांतली कोणीतही गोष्ट बाहेर फुटत नाही. कारण ही गोष्ट गुप्त ठेवायची हे दोघांनी ठरवलेलं असतं. तिथं मिस्टर क कडमडतात. 'क' पासून गुप्त गोष्ट पसरत जाते. म्हणून बातमी षट्कर्णी झाली की त्यातली गुप्तताच निघून जाते. असलं करायला ६ ला काहीच वाटत नाही. सांख्य, योग, न्याय, वैशेषिक, पूर्वमीमांसा आणि वेदान्त अशा तत्त्वज्ञानांची संख्या सहाला मिळाली आहे. 'ॐ नम: शिवाय' असा सहा अक्षरी मंत्र जपायलाही ६ तयार असतो. बरं वाईट याचा विधिनिषेध ६ अजिबात पाळत नाही. सहा चाप्टरसुद्धा आहे. नकार द्यायचा असेल तर तो आयडिया करतो. प्रत्यक्ष 'नाही' असं न म्हणता ६ प्रकारांनी नकार देतो. १ मौन, २ विलंब, ३ भुवया उंच करणे, ४ तोंड खाली करणे, ५ निघून जाणे, ६ विषयांतर करणे. (मौनं काळ विलंबश्च, प्रयाणं भूमिदर्शनम्). ६ कधी कधी परोपकारीसुद्धा होतो. सूर्य, चंद्र, घनदाट वृक्ष, नदी, गाय आणि सज्जन हे सहाजण

परोपकारी आहेत. (रविश्चंद्रो घना वृक्षा नदी गावश्च सज्जना: ऐते परोपकाराय युगे देवेन निर्मिता:) तात्पर्य काय, अनेक प्रकारे परस्परविरोधी असं ६ चं व्यक्तिमत्त्व आहे.

७ हे आणखी एक निराळं प्रकरण आहे.

प्रत्येक माणसाचा स्वभाव काहीसा संमिश्र स्वरूपाचा असतो. प्रत्येक (किंवा कित्येक) आकड्याचा स्वभाव आणि त्यातून दिसून येणारं त्या त्या आकड्यांचं व्यक्तिमत्त्व निराळं असतं. ७ च्या नावावर कश्यप, अत्री, भारद्वाज, विश्वामित्र, गौतम, जमदग्नी, आणि वसिष्ठ (+ अरुंधती) हे सप्तर्षी जमा आहेत. म्हणून काय झालं? ७ ला स्त्रियांचाही नाद आहे. ७ नं सात अप्सरांशी आपला संबंध ठेवला आहे. रंभा, घृताची, मेनका, तिलोत्तमा, मंजुघोषा, उर्वशी आणि सुकेशी याच त्या सातजणी. स्वत:ला सांभाळणं शक्य नाही म्हणून ७ नं या सातजणींना इंद्राकडे ठेवलं. ७ सभ्यपणानं लगेच पुरुषांकडे वळला. सात चिरंजीव प्रसिद्ध आहेत त्यांना ७ नं एका श्लोकात बसवलं आहे.

'अश्वत्थामा बलिर्व्यासो हनूमांश्च बिभीषण:,
कृप: परशुरामश्च सप्तैते चिरजीविन:'.

७ कुठं कुठं आहे ते बघण्यासारखं आहे, अतल, वितल, सुतल, रसातल, महातल, तलातल आणि पाताल अशा सप्त पाताळापासून लग्नातल्या सप्तपदीपर्यंत ७ चा संचार आहे. 'एषा एकपदी भव सा मामनुव्रता भव' पासून ते 'ऊर्जे द्विपदी भव' असं करत करत 'सखा सप्तपदी भव' पर्यंत ७ वधूवरांची साथ सोडत नाही. शेवटचं पाऊल झाल्यावर ७ वधूला पितृगोत्रातून पतिगोत्रात पोहोचता करतो आणि मग दुसऱ्या उद्योगाला जातो. थेट संगीत क्षेत्रात जाऊन पोहोचतो. तिथं, षड्ज, ऋषभ, गांधार, मध्यम, पंचम, धैवत आणि निषाद या नावांनी स्वत:चं नाव गाजवतो. (या सातजणांचं संक्षिप्त रूप म्हणजेच 'सा-रे-ग-म-प-ध-नी' होय.) या क्षेत्रामध्ये ७ चं स्थान ध्रुवाप्रमाणे अढळ आहे. कुणाला बरोबर वठणीवर आणायचं असेल तर हे कामही ७ सुपारी घेऊन करायला तयार असतो. ७ कडे साम, दाम, भेद, दंड, मंत्र, औषधी आणि इंद्रजाल यापैकी कोणताही किंवा सातही उपाय सात करतो. सगळं करून सवरून झाल्यावर ७ देवपूजेला लागतो. 'श्री गणेशाय नम:', 'ॐ नमो नारायण', 'ॐ श्रीविष्णवे नम:', 'श्री गुरुदेव दत्त', 'सर्वंखल्विदं ब्रह्म' असे जप करत बसतो.

८ सुद्धा ग्रेट आहे.

कृष्ण, विष्णूचा आठवा अवतार असून तो श्रावण वद्य अष्टमीस जन्मला. पाणिनी या श्रेष्ठ व्याकरणकाराचा ग्रंथ 'अष्टाध्यायी' आहे. ८ तसा रंगेलही आहे.

अष्टनायिका प्रसिद्ध आहेत. वासकसज्जा, विरहोत्कंठिता, स्वाधीनभर्तृका, कलहान्तरिता, सांडिता, विप्रलब्धा, प्रोषितभर्तृका, आणि अभिसारिका. लोकसंख्या भरमसाठ वाढवायलाही ८ च जबाबदार आहे. 'अष्टपुत्रा सौभाग्यवती भव' यामुळे देशाची लोकसंख्या ११० कोटी झाली आहे. ८ नं वैद्यकशास्त्रातही आपली अंकमुद्रा उमटवली आहे. गाय, म्हैस, शेळी, मेंढी, हत्तीण, घोडी, गाढवी आणि उंटीण या आठ प्राण्यांचे मूत्र औषधी आहे असं ८ नं सुश्रुत सूत्रात सांगून ठेवलं आहे. मानलंच पाहिजे. लग्नं लावण्याचा उद्योगही ८ करत असतो. स्वत:चा ठसा उमटला पाहिजे म्हणून ८ ने आठ प्रकार करून ठेवले आहेत. विवाह ८ प्रकारचे आहेत. ते असे ब्रह्म, दैव, प्रजापत्य, आर्ष, गांधर्व, असुर, पैशाच आणि राक्षस. लग्नाचं वयही ८ नं ठरवून टाकलं आहे. शिवाजी महाराजांना राज्याभिषेक झाल्याबरोबर सर्वात अगोदर ८ तिथं गेला आणि म्हणाला, 'महाराज, तुमचं प्रधानमंडळ फक्त आठजणाचंच बनवा. जास्त कुणी आलं तर चक्क नाही म्हणून सांगा.' तसंच झालं. ८ ला भक्तिभावानं नमस्कार करावा म्हटलं तर ८ म्हणाला, 'साष्टांग नमस्कार कर ८ (आठ अंगासहित नमस्कार). मस्तक, छाती, हात, गुडघे, पाय, दृष्टी, वाणी आणि मन.' पाठोपाठ ८ नं एक संस्कृत श्लोकही म्हटला.

'पदभ्यां कराभ्यां जानुभ्यामुरसा शिरसा तथा
मनसा वचसा दृष्ट्या प्रणामोष्टांगमुच्यते'

८ चं व्यक्तिमत्त्व नमस्कारपात्र आहे हे दिसलंच आहे.

आदरणीय ९ ला प्रथम नमस्कार.

कारण नवग्रह त्याच्याकडे आहेत. सूर्य, चंद्र, मंगळ, बुध, गुरू, शुक्र, शनी, राहू आणि केतू ९ म्हणाला हा श्लोक पाठ करा.

'सूर्यः सोमो महौपुत्रः सोमपुत्रो बृहस्पतिः
शुक्रः शनेश्चरो राहुः केतश्चै ते ग्रहाः स्मृताः'

एवढं मोठं २४ हजार श्लोकांचं वाल्मिकी रामायण पण ९ ने त्याला फक्त एका श्लोकात सूत्ररूपानं पॅकबंद केलं आहे तो ग्रेट श्लोक वाचा.

'आदौ रामतपोवनादिगमनं हत्वा मृगं कांचनम्
वैदेही हरणं जटायुमरणं सुग्रीवसंभाषणम्
वालीनिर्दलनं समुद्रतरणं लंकापुरीदाहनम्
पश्चाद्रावणकुंभकर्णहननमेतद्धि रामायणम्.'

'आपणांसारीखे करीती तत्काळ' असं साधुसंतांच्या बाबतीत म्हटलं जातं. ९ यासाठी प्रसिद्ध आहे. १ ला ९ नं गुणा, २ ला ९ नं गुणा नाही तर १ अब्ज १५ कोटी ७० लक्ष, ६७ हजार ३९५ या संख्येला (किंवा तुमच्या मनात येईल

त्या वाट्टेल त्या संख्येला) गुणा जो गुणाकार येईल त्या गुणाकारांच्या संख्येतील सर्व आकड्यांची बेरीज करा. ती संख्या ९ च्या पटीतील असते. नमुना म्हणून छोटी संख्या घेतो.

३५३४ × ९ = ३१८०६. गुणाकाराच्या संख्येतील सर्व आकड्यांची बेरीज १८ होते. १८ या संख्येतील १ आणि ८ यांची बेरीज ९ होते. आता तुम्ही अगदी २५ आकड्यांची कोणतीही संख्या लिहा. ९ गुणा. त्या गुणाकारांच्या संख्येतील आकड्यांची बेरीज करा. त्या बेरजेच्या आकड्यांची बेरीज करा. असं करत करत तुम्ही सर्वांत शेवटी ९ या मूळ अंकपुरुषाशी येऊन धडकाल. इथं ९ नं विश्वव्यापी सांख्यिक पसारा मांडून दाखवला आहे तर, खूप पसारा अतिशय थोडक्यात मांडण्याचं कौशल्यही ९ कडे आहे. २४ हजार श्लोकांचं रामायण अवघ्या ९ प्रमुख घटनांतून ९ नं सादर करून दाखवलं आहे. हे तर काहीच नाही. १ लाख श्लोकसंख्या असलेलं महाभारतसुद्धा ९ नं अवघ्या ९ प्रमुख घटनांतून सादर करून दाखवलं आहे. त्या ९ घटना अशा-कौरव पांडवांचं जन्मकथन, लाक्षागृह प्रसंग, पांडवांचं द्यूतात हरणं, पांडवांचा वनवास, विराटाकडे अज्ञातवास, उत्तरगोग्रहण, विफळकृष्णशिष्टाई, युद्धारंभ, भीमाकडून दुर्योधनाचा वध.

याशिवाय ९ कडे, नवरत्नं, नवखंड पृथ्वी, नवनाथ, नवरस अशा अनेक गोष्टी आहेत. नऊचं व्यक्तिमत्त्व व्यापक आहे. नवखंड पृथ्वीपर्यंत ९ ची झेप आहे. ९ महाप्रतापी आहे.

दहाय नम: ।

१० आधीच नमस्कार करतो.

१० दशदिशा व्यापून राहिला आहे. गणितामधल्या दशमान पद्धतीनं तर क्रांतीच केली आहे. दशावतार, बायबलमधील टेन कमांडमेंटस, परमेश्वर ब्रह्मांड व्यापून उरतो तेही 'दशांगुळे'. शीखपंथाचे गुरूसुद्धा १० आहेत. धर्मामध्ये १० ला महत्त्वाचे स्थान आहे. विशेष म्हणजे १० हा सर्वधर्मसमभाव मानणारा आहे. हिंदू धर्मामध्ये विष्णूचे १० अवतार आहेत. शीख धर्मांचे गुरू १० आहेत. त्यांची नावं, नानक, अंगडशहा, अमरदास, रामदास, अर्जुन, हरगोविंद, हरिराव, हरिकृष्णजी, तेगबहादूर आणि गोविंदसिंग. ख्रिश्चन धर्मातल्या 'टेन कमांडमेटस' प्रसिद्ध आहेत. त्याचं काय आहे, नुसते टेन कमांडमेटस हे दोन शब्दच प्रसिद्ध आहेत. प्रत्यक्ष टेन कमांडमेंटस माहीत नसतात. त्याचं दर्शन घडवतो.

१) रविवार विश्रांतीचा दिवस आहे,

२) परद्रव्याचा लोभ नको,

३) व्यभिचार करू नको,

४) परस्त्रीचा लोभ धरू नको,

५) हिंसा करू नको,

६) चोरी करू नको,

७) खोटी साक्ष देऊ नको,

८) मातापित्याची आज्ञा पाळ,

९) मूर्तिपूजा करू नको,

१०) ईश्वराचं नाव व्यर्थ घेऊ नको.

१० सुद्धा व्याप्तिसमृद्ध आहे. त्याचंही व्यक्तिमत्त्व नजरेत भरणारं आहे. गणितातल्या दशमान पद्धतीमुळे १० चं व्यक्तिमत्त्व अधिक खुलून दिसतं. १ आणि १०० यांमधला १० हा महत्त्वाचा टप्पा आहे.

काही काही माणसं खूप मोठी असतात किंवा खूप श्रीमंत असतात. परंतु दिसायला साधी असतात. त्यांचं व्यक्तिमत्त्व दिसूनच येत नाही. कित्येक आकड्यांचं व्यक्तिमत्त्वही असंच असतं.

११ तसा साधा आहे.

तरीही शहापूर, मसूर, चाफळ, (पुन्हा) चाफळ, शिंगणवाडी, माजगाव, उंब्रज, बत्तीस शिराळे, पारगाव, मनपाडळे आणि बाहेरबोरगाव अशा ११ ठिकाणी स्वत: रामदास स्वामींनी मारुतीची स्थापना केल्यामुळे ११ ला आगळंच व्यक्तिमत्त्व प्राप्त झालं आहे. समर्थांच्याच, 'जय जय रघुवीर समर्थ' या समर्थांच्या मंत्रातही ११ च अक्षरं आहेत. १२ म्हणतो, 'हा घ्या माझा', 'द्वादशअक्षरी मंत्र', 'ॐ नमो भगवते वासुदेवाय' बारा महिने, बारा राशी, प्रसिद्ध आहेत. जुन्या ग्रामव्यवस्थेमधले १२ बलुतेदार प्रसिद्ध आहेत. पण नावं ओळीनं सांगता येणार नाहीत. म्हणून त्यांना हजार करतो. सुतार, लोहार, महार, मांग, कुंभार, चांभार, परीट, न्हावी, भट, मुलाणा, गुरव आणि काळी. मोजून १२ आहेत. १३ तसा साधा असला तरी श्रद्धाळू ख्रिश्चनांना घाबरवून टाकतो. पण आपल्याला मात्र त्रयोदश गुणी विड्याची लज्जत चाखायला देतो. त्रयोदशगुणी विड्यात, पान, सुपारी, कात, लवंग, वेलदोडा, जायफळ, कंकोळ, जायपत्री, केशर, खोबरं, बदाम आणि कापूर असे १३ पदार्थ असतात. असा विडा प्रिय व्यक्तीनं दिला किंवा प्रिय व्यक्तीला दिल्यावर १३ चं व्यक्तिमत्त्व रंगतदार होतं.

पुढचा नंबर १४ चा, १४ चं एकच ठळक व्यक्तिमत्त्व सांगतो. देव दानवांनी समुद्रमंथन केल्यावर त्या मंथनातून १४ रत्नं बाहेर आली. ती अशी - लक्ष्मी, कौस्तुभ, पारिजात, सुरा, धन्वंतरी, चन्द्रमा, कामधेनू, ऐरावत, रंभा (आदी अप्सरा) उच्चैःश्रवा घोडा, कालकूट विषय शार्ङ्ग धनुष्य, पांचजन्य शंख आणि अमृत

१५, १६, १७ यांना काही प्रमाणात व्यक्तिमत्त्व लाभलं आहे. १८ चं व्यक्तिमत्त्व सॉलीड आहे. एकच सविस्तर उदाहरण देतो. महाभारताशी १८ चं व्यक्तिमत्त्व निगडीत आहे. महाभारताचे पर्व १८ आहेत. कौरव - पांडवांचं मिळून सैन्य १८ अक्षौहिणी होतं. कुरुक्षेत्रातून कौरव पांडवांचं युद्ध चाललं ते १८ दिवस महाभारतातच समाविष्ट असलेल्या गीतेचे अध्यायसुद्धा १८ च आहेत.

आकड्यांचं व्यक्तिमत्त्व सांगावं तेवढं थोडंच आहे. आता फक्त एकच १०० आकडा. जीवेत शरद: शतम असा शुभाशीर्वाद देणाऱ्या १०० नं सगळं विश्व व्यापलं आहे. काय काय सांगावं. १०० चं व्यक्तिमत्त्व वर्णनातीत आहे. म्हणून १०० ला शतश: नमस्कार असो.

●●●

.५.

अफलातून प्रश्न - अफलातून उत्तरं

प्रश्न विचारणारा : श्री. अनामिक
उत्तरं देणारा : श्री. अनामिक

प्रश्न : एक प्रश्न विचारतो. कमरेला तलवार लटकलेल्या एका शूर राजाचा भव्य पुतळा आहे. एका शास्त्रज्ञानं एक दिव्य संजीवनी देऊन त्या पुतळ्याला जिवंत केलं आणि त्यानं विचारलं
महाराज, तुम्ही जिवंत झाला आहात, पहिलं कोणतं कार्य हाती घेणार आहात? धर्मस्थापनेचं, राज्य विस्ताराचं, की शत्रूचा पाडाव करण्याचं ?

उत्तर : या तिन्हींना मारो गोळी! (म्यानातून तलवार उपसून) कुठं आहेत ती हरामखोर कबुतरं? पुतळा उभारलेल्या दिवसापासून माझ्या डोक्यावर नित्यनेमाने टिंब टिंब करत असतात. येऊ देत तरी, एकेका कबुतराचं तलवारीनं मुंडकंच उडवतो. हे महत्त्वाचं कार्य झाल्यावर मग धर्म, राज्य, शत्रू वगैरे वगैरे नंतर!

प्रश्न : आब्यांच्या झाडावर शेकडो आंबे आहेत. त्या ठिकाणी एक जिराफ आहे. जिराफाची मान खूप उंच असल्यामुळे उंचावरचे आंबेदेखील जिराफ सहज खाऊ शकतो. चित्र झकास आहे. तरीही त्यात काही चूक आहे काय?

उत्तर : चूक कसली? घोडचूक आहे. चित्रच मुळी चुकीच्या

कल्पनेवर आधारलेलं आहे. ज्या देशात आब्यांची झाडं असतात, त्या देशात जिराफ नसतात. आणि ज्या देशात जिराफ असतात, त्या देशात आंब्याची झाडं नसतात.

प्रश्न : ज्येष्ठ राजकीय पुढारी आहे. ज्येष्ठतेमुळे तो एकदम मुख्यमंत्रीपदच मागेल. म्हणून त्याला आदरपूर्वक अलगद उचलून कोणत्या तरी राज्याचे राज्यपाल करून त्याला बाजूला ठेवतात. या सगळ्याला काय म्हणायचं.

उत्तर : याला 'पोलिटिकल नसबंदी' म्हणतात.

प्रश्न : पपई आणि फणस या दोन फळांत कोणती एकच समान गोष्ट आहे?

उत्तर : या दोन्ही फळांतून मोसंब्यांचा रस निघत नाही.

प्रश्न : ऑस्ट्रेलियाला पाठवायच्या पत्रावर पत्ता कसा लिहावा?

उत्तर : ऑस्ट्रेलिया विषुववृत्ताच्या खालच्या गोलार्धात आहे. पृथ्वीचा गोल समोर ठेवून बघा. विषुववृत्तापासून उलटा गोलार्ध सुरू होतो. खाली डोकं वर पाय म्हणून पत्राच्या पाकिटावर पत्त्याची अक्षरे उलटी लिहावीत. म्हणजे तिकडच्या पोस्टमनला तो पत्ता 'सरळ' वाचता येईल.

प्रश्न : हत्तीला नेहमी चार पाय असतात. परंतु आठ कधी असतात?

उत्तर : दोन हत्ती एकत्र आल्यावर

प्रश्न : प्रचंड जंगल आहे... कित्येक किलोमीटर. अशा या जंगलामध्ये तुम्ही जास्तीत जास्त आत किती जाऊ शकाल?

उत्तर : मी जास्तीत जास्त मध्यापर्यंत जाऊ शकेन. पुढं नाही.

प्रश्न : का नाही?

उत्तर : मध्यापर्यंत पोहोचल्यावर तसंच पुढे चालणं चालू ठेवलं तर ते जास्तीत जास्त आत जाणं नसून, तिथून पुढं चालणं म्हणजे बाहेर पळणं सुरू होईल.

प्रश्न : कपाचा कान डावीकडे असतो की उजवीकडे?

उत्तर : डाव्या हातात कप धरला, तर कपाचा कान डाव्या बाजूला असतो आणि उजव्या हातात कप धरला, तर कपाचा कान उजवीकडे असतो.

प्रश्न : कान हा काही इकडून तिकडे फिरवता येणारा अवयव आहे काय? उत्तर चूक. बरोबर उत्तर सांगा.

उत्तर : कपाचा कान कपाच्या आतल्या बाजूला नसून कपाच्या बाहेरच्या बाजूला असतो.

प्रश्न : खाद्याच्या पदार्थाचा उच्चार करूनही पळून जाणारे प्राणी कोणते?

उत्तर : माजंर आणि कुत्रा. 'शुक शुक' असा आवाज केला की, मांजर जोरात

पळतं, शुक म्हणजे पोपट, मांजराला पोपट खाण्यासाठी फार आवडतो. असं असूनही 'शुक शुक' असं म्हटलं की, मांजर पळून जातं. त्याचप्रमाणे कुत्र्याला 'हाड हाड' असं म्हटलं की कुत्रा पळत सुटतो. खाद्यपदार्थाचं नाव घेतल्यावर खरं म्हणजे कुत्र्यानं तिथंच थांबलं पाहिजे. परंतु कुत्रा पळत सुटतो. हाड हा कुत्र्याचा आवडता पदार्थ आहे.

प्रश्न : कुत्र्याला इंग्लिश येतं काय?

उत्तर : कामापुरतं येतं. येण्याची हातानं खूण करून यू यू यू (वाय ओ यू यू) म्हटलं की कुत्र्याला वाटतं की, यू यू म्हणजे तू ये. कुत्रा लगेच यू यू करणाऱ्याच्या जवळ जातो.

प्रश्न : स्त्रिया नवऱ्यापेक्षा नळापाशीच अधिक वेळ का असतात?

उत्तर : कारण नळात अधिक पाणी असतं.

प्रश्न : खूप ट्रकच्या मागं 'आई तुझा आशीर्वाद' असं लिहिलेलं असतं. तुमचं म्हणणं काय आहे?

उत्तर : ट्रकवाल्यांच्या आया ट्रकवाल्यांना ट्रक देतात, पण माझ्या आईनं मला ट्रक सोडा, सादी ट्रंकसुद्धा दिली नाही. 'परमेश्वरा मला पुढच्या जन्मी ट्रक देणाऱ्या आईच्या पोटी जन्माला घाल.' अशी प्रार्थना करीन.

प्रश्न : बायकोपेक्षा मेहुणी बरी, याबद्दल तुमचं मत काय?

उत्तर : कल्पना चांगली आहे. परंतु माझ्या साडूलाही तसंच वाटलं तर? याचाही विचार केला पाहिजे.

प्रश्न : दोन्ही अंबानी बंधूंइतके तुम्ही गडगंज श्रीमंत झालात तर काय होईल?

उत्तर : मी दोन्ही अंबानीपेक्षाही अधिक श्रीमंत होईन. ती संपत्ती + माझे स्वत:चे साडेतीन रुपये.

प्रश्न : माझ्याकडे ७५ हजार रुपयांचा अतिशय महाग असा कॅमेरा आहे. पण 'क्लिक' असा आवाज आला, तरी फोटो निघत नाही. काय कारण असेल?

उत्तर : कॅमेरात रोल घालून मग क्लिक करा. मग मात्र रोल संपेपर्यंत फोटो निघत राहतील. बऱ्याच जणांचा हा अनुभव आहे.

प्रश्न : शिवाजी महाराज आज असते तर?

उत्तर : तर १६८० साली त्यांचं निधन झालं नसतं. शिवाय आज त्यांचं वय ३७७ वर्षं इतकं झालं असतं.

प्रश्न : तानाजीचं निधन नक्की कोणत्या लढाईत झालं?

उत्तर : नक्कीच सांगायचं तर त्यांच्या आयुष्यातल्या शेवटच्या लढाईत!

प्रश्न : माणूस मरण्याचं खरं कारण काय?

उत्तर : सर्वच माणसं शेवटचा श्वास घ्यायला विसरतात.

प्रश्न : पृथ्वी आता फिरते, त्याच्या उलट्या दिशेनं फिरू लागली, तर काय होईल?

उत्तर : आधी तसं होऊ तरी दे, त्याशिवाय उत्तर कसं देता येईल?

प्रश्न : नवरा बायकोच्या भांडणात अखेरचा शब्द नवऱ्याचाच असला पाहिजे. याबाबतीत तुमचं म्हणणं काय आहे?

उत्तर : तुम्ही म्हणता तेच बरोबर आहे. आमच्या दोघांच्या भांडणांत अखेरचा शब्द नवरा या नात्यानं माझाच असतो आणि बायकोला ते मानावंच लागतं. भांडणं ताबडतोब बंद होतं.

प्रश्न : कोणता शब्द?

उत्तर : माझं चुकलं, तुझंच बरोबर आहे! हा अखेरचा शब्द ऐकल्यावर पुन्हा तोंड उघडण्याची बायकोची काय बिशाद आहे?

प्रश्न : चीनचे मुख्य भाग कोणते?

उत्तर : प्राचीन आणि अर्वा-चीन

प्रश्न : बुद्धिवादी - अतिबुद्धिवादी माणूस 'देव' या शब्दाचं क्षुद्रीकरण कसं करील?

उत्तर : प्रथम तो देव अर्थी जी ओ डी गॉड शब्द लिहील आणि तो शब्द उजवीकडून डावीकडे ....

प्रश्न : लग्नाआधी घटस्फोट घेता येतो का?

उत्तर : होय, चित्रपट नटीच्या पाचव्या (किंवा चौथ्या, तिसऱ्या वगैरे) भावी लग्नाच्या अगोदर ती आधीच्या लग्नाचा घटस्फोट घेऊ शकते.
जाता जाता : इंग्लिश शब्दकोशातही डायव्होर्स, मॅरेजच्या अगोदर घेता येतो. कारण डी हे अक्षर एमच्या अगोदर येतं.

प्रश्न : जी ओ डी हा शब्द उजवीकडून डावीकडे वाचला तर काय होतं हे आपण पाहिलंच आहे. एकदम भलतंच काहीतरी होतं परंतु काही शब्दच काय, परंतु काही वाक्यं अशी आहेत की, डावीकडून उजवीकडे वाचा आणि उजवीकडून डावीकडे वाचा. जशीच्या तशीच असतात. दोन चार उदाहरणं सांगू शकाल काय?

उत्तर : हे घ्या...
रामाला भाला मारा (वाचा उजवीकडून डावीकडे)
चाकू काकूचा

चिमा काय कामाचि

तो कवि डालडा विकतो.

गिरगाव मुंबईचा पिन कोड ४०० ००४.

प्रश्न : पुन्हा जन्मायचं झाल्यास कोणता देश पसंत कराल? देशाचे क्रमांक सांगा.

उत्तर : क्र. १ - 'हिंदु'स्थानात जन्मणं सर्वाधिक आवडेल.

क्र. २ - भारत - चालेल

क्र. ३ - इंडिया-चालवून घेईन.

क्र. ४ - याव्यतिरिक्त कोणत्याही देशात जन्म झाला, तर मला त्याची लाज वाटेल.

प्रश्न : पृथ्वीप्रदक्षिणा करण्याचा सोपा आणि स्वस्त मार्ग कोणता?

उत्तर : काय करायचं आपल्या गावाचं अक्षवृत्त आणि रेखावृत्त परस्परांना छेदतात तिथं अक्षवृत्तावर पाय सोडून बसायचं आणि दोन्ही हातांनी रेखावृत्त घट्ट धरायचं. प्रवास सुरू झाला की, घड्याळात वेळ बघून ठेवायची. २३ तास ५६ मिनिटं ४ सेकंद झाली रे झाली की पॅराशूटनं खाली यायचं. तुमच्या घराच्या अंगणातच उतराल. तसा प्रवास एकदा करून बघा.

प्रश्न : माणसाच्या जन्माबरोबरच माणसाच्या मेंदूचा जन्म होतो आणि त्या क्षणापासूनच तो कार्यरत होतो. अशा या मेंदूची 'हृदयक्रिया' बंद पडते का?

उत्तर : होय, समोर दहा हजार श्रोते बसले आहेत. त्यांचे वीस हजार डोळे बोलणार असलेल्या माणसावर रोखलेले आहेत. तो व्यासपीठावर मायक्रोफोनसमोर उभा आहे. बंधू-भगिनींनो म्हणायच्या आतच मेंदूची 'हृदयक्रिया' बंद पडते. कारण त्यांचं आयुष्यातलं पहिलंच भाषण असतं.

प्रश्न : निरनिराळ्या बादशहाचा हजारो बायकांचा जनानखाना आणि शब्दकोश यांचा काही संबंध आहे काय?

उत्तर : 'चप्पल आणि तवा' यांचा परस्परांशी काडीमात्र संबंध नसतो. (अर्धा तास वेळ खर्चून संबंध जुळतो का बघा.) तसंच 'चप्पल तवा' न्यायानं इथंही संबंध नसेल असं वाटेल. पण तसं वाटणं साफ चूक आहे. कारण जनानखाना आणि शब्दकोश यांत विलक्षण साम्य आहे. दिसली बरी/ चांगली/ उत्कृष्ट की घाल जनानखान्यात-पुढं उपयोग होवो अथवा न होवो बादशहा जेवढा मोठा तेवढा जनानखाना मोठा. शब्दकोशाचंही तसंच असतं. दिसला शब्द की घाल शब्दकोशात. दिसला शब्द की घाल

शब्दकोशात, दिसला शब्द की घाल शब्दकोशात मग त्यातल्या शेकडो शब्दांचा उपयोग होवो अथवा न होवो. भाषा जेवढी समृद्ध तेवढा शब्दजनानखाना मोठा.

प्रश्न : यशस्वी वक्ता कोणाला म्हणावं?

उत्तर : श्रोत्यांनी ऐकणं थांबवण्यापूर्वीच जो बोलणं थांबवतो, त्याला यशस्वी वक्ता म्हणतात.

प्रश्न : यशस्वी नवरा कोणाला म्हणावं?

उत्तर : बायको खर्च करते त्यापेक्षा जास्त पैसे जो नवरा मिळवत असतो, त्याला यशस्वी नवरा म्हणावं.

प्रश्न : बेरकी बायको कुणाला म्हणावं?

उत्तर : आपण बायकोपेक्षा हुशार आहोत, असा गैरसमज ज्या नवऱ्याचा असतो त्या नवऱ्याची बायको बेरकी असते. ती आपल्या हुशारीचं प्रदर्शन न करता नवऱ्याच्या गैरसमजाला उत्तेजन देत असते.

प्रश्न : 'उसने' याला पर्यायी शब्द कोणता?

उत्तर : 'दान'. उसने म्हणून दिलेले पैसे नंतर चक्क बुडतात. परत येत नाहीत. 'दान'. दिलेले पैसे परत येण्याची अपेक्षा नसते. 'उसने' चं तसंच असतं. देतानाच परत आले, तर उसने आणि परत नाही आले, तर 'दान' असं गृहीत धरूनच पैसे उसने द्यावेत.

प्रश्न : एखाद्या प्रसिद्ध लेखकाचं वाङ्मयचौर्य उघडकीस आल्यास त्याला कोणती शिक्षा द्यावी?

उत्तर : निराळ्या शिक्षेची आवश्यकता नाही. त्याच्या अन्य वाङ्मयाकडे आणि भविष्यकालीन वाङ्मयाकडे लोक संशयानं बघू लागतील-हेसुद्धा वाङ्मयचौर्यच असेल काय? एवढी शिक्षा पुरेशी आहे.

प्रश्न : चंद्राप्रमाणेच अंतराळवीर सूर्यावर जायाला निघाले, तर त्यांनी सूर्यावर केव्हा उतरावं?

उत्तर : शक्य तो रात्रीच्या थंड आणि शांत वेळी उतरावं, म्हणजे उन्हाचा फारसा त्रास होणार नाही. अंतराळवीरांनी माझा सल्ला लक्षात ठेवावा.

प्रश्न : बायकोवर भाव मारण्यासाठी काय करावं?

उत्तर : काहीही करून नका; तिनं आधीच तुमचं पाणी जोखलेलं असणार.

प्रश्न : सुंदर, विद्वान आणि कष्टाळू बायको मिळविण्यासाठी काय करावं?

उत्तर : तीन लग्नं! अशी थ्री इन वन बायको मिळणं अशक्य!

प्रश्न : अशी कोणती संभाव्य गोष्ट आहे की, कुटुंबातील कुणीही आधीपासूनच

तयारी करून ठेवत नाही.

उत्तर : जुळ्या मुलांचा जन्म.

प्रश्न : उपासमार होणार नाही असा धंदा कोणता?

उत्तर : खाणावळीचा. गिऱ्हाईक आलं तर उत्तमच आणि गिऱ्हाईक नाही आलं तर निदान तुमची तरी उपासमार होणार नाही म्हणून बेकार तरुणांनी खाणावळ काढावी.

प्रश्न : एक प्रौढ गृहस्थ आहेत. त्यांना एकसारखं वाटत असतं की, आपण गडगंज पाप करून नरकाचं नागरिकत्व मिळवावं. त्यासाठी नाना प्रकारच्या पापांची ते सूचीही तयार करत आहेत. हा सर्व विलक्षण खटाटोप ते का करत आहेत?

उत्तर : ते प्रौढ गृहस्थ योग्य तेच करत आहेत. खूप पाप करून नरकात गेल्यावर आपले नजीकचे पूर्वज, कुटुंबातील माणसं, ऑफिसातले सर्व सहकारी साहेब, हाऊसिंग सोसायटीतील शेजारी, सर्व मित्र, ओळखीची माणसं, जवळचे तसेच लांबचे नातेवाईक वगैरे वगैरे सर्व मंडळींची नरकामधे दररोज सतत गाठभेट होत जाईल. 'इहलोकी'तील सर्व माणसे नरकात लाटबंद संख्येनं भेटत जातील. त्यामुळे आपल्याला कसं 'स्वगृही' आल्यासारखं वाटेल. हा 'स्वगृहानंद' स्वर्गात थोडाच मिळणार? सगळेच पुण्यवंत, गंभीर चेहरा! सत्य, सुसंस्कृत, पुण्यश्लोक, शूचिर्भूत आणि असंच आणखी. म्हणून हल्ली बरेच लोक नरक पसंत करतात.

प्रश्न : एक पैसाही खर्च न करता आयुष्यभरसुद्धा मिळत राहणारी गोष्ट कोणती?

उत्तर : दारिद्र्य! जगात कुठंही मोफत मिळतं.

प्रश्न : व्हेन फिलॉसॉफर्स विल रूल अँड रूलर्स बिकम फिलॉसॉफर्स, देअर विल बी नो अेव्हिल' असं प्लेटो म्हणाला होता.त्याला होऊन गेली दोन हजारांहून अधिक वर्षं. असंच एखादं साचेबंद वाक्य सध्याच्या राज्यव्यवस्थेला लागू पडेल असं सांगा.

उत्तर : चाल तीच पण प्रत्यक्षच वाचा.

व्हेन गुंडाज बिकम रूलर्स अँड रुलर्स बिकम गुंडाज देअर विल बी अॅन आयडिअल डेमॉक्रसी

प्रश्न : प्राप्तिकर चुकवण्याचा बिनखर्ची मार्ग कोणता?

उत्तर : आयुष्यभर पैसे मिळवायच्या फंदातच पडायचं नाही. प्राप्तिकर आपोआपच माफ होतो.

प्रश्न : एका वाक्यात शांततेचं नोबेल पारितोषिक तुम्हाला मिळेल असं वाक्य

सांगा?

उत्तर : 'जगातल्या सर्व प्रकारच्या लहान मोठ्या शस्त्रांस्त्रांचे कारखाने आजच्या आज कायमचे बंद केले गेले पाहिजे.' 'कुठं आहे नोबेल पारितोषिक? आणा ना!'

प्रश्न : दोन शब्दांत गीतेच्या सातशे श्लोकांचं सार सांगू शकाल काय?

उत्तर : होय, गीतेचा प्रारंभाचा श्लोक 'धर्मक्षेत्रे कुरुक्षेत्रे' असा आहे आणि शेवटच्या श्लोकामधील शेवटचे शब्द 'ध्रुवा नीतीर्मतिर्मम' असे आहेत. धर्मक्षेत्रे शब्दातलं पहिलं पद 'धर्म' आहे. आणि अगदी शेवटचा शब्द 'मम' आहे. 'मम धर्म' काय आहे हे प्रत्येकानं स्वतःला विचारावं धर्म म्हणजे कर्तव्य, अर्जुनाला 'मम धर्म' काय आहे, याचा विसर पडला होता म्हणून सातशे श्लोकांची गीता श्रीकृष्णाला सांगावी लागली.

प्रश्न : परमेश्वर भेटल्यास त्याला काय विचाराल?

उत्तर : फक्त एकच प्रश्न विचारीन, 'हे परमेश्वरा, तू आहेस की नाहीस हे एकदा प्रत्यक्ष तुझ्या तोंडूनच सांगून टाक. चार्वाकापासून शतकानुशतकं 'तू नाहीस' 'तू नाहीस' असा एकच धोशा चालू आहे. निरीश्वरवाद्यांना बरं वाटावं म्हणून तू तुझ्या स्वतःच्या मुखानं त्यांना सांग,'निरीश्वरवादी वत्सांनो, तुमचंच खरं आहे. मी खरोखरच नाही. 'फ्रॉर्म हॉर्सेस माउथ' असं म्हणतात, तसं मी माझ्या माउथमधून मी नाही असं सांगत आहे.'

प्रश्न : 'शेजाऱ्यांवर प्रेम करा, शत्रूंवर प्रेम करा,' असं एक धर्मशास्त्र सांगतं. याची सांगड कशी घालायची?

उत्तर : सोपं आहे. वरकरणी शेजारी आणि शत्रू हे दोन शब्द असले तरी तात्त्विकदृष्ट्या ते एकरूपच आहेत.

प्रश्न : स्वराज्य कुणाला आवडतं आणि सुराज्य कुणाला?

उत्तर : सत्ताकांक्षी आणि युयुत्सु वृत्तीच्या लोकांना स्वराज्य आवडतं आणि जिला जनता, जन्ता, पब्लिक, कॉमन मॅन, लेमॅन म्हणतात, त्यांना सुराज्य पसंत असतं. अनेक राज्यकर्ते येतात आणि जातात, पण जनता आहे तशीच असते.

प्रश्न : पुन्हा अखंड भारत झाला तर काय होईल?

उत्तर : सध्याचे १० कोटी मुसलमान, पाकिस्तानचे १६ कोटी आणि बांग्लादेशचे १५ कोटी मिळून ४१ कोटी होतात. त्यांना जपण्यासाठी आपल्या धर्मनिरपेक्ष सरकारला तिप्पट परिश्रम करावे लागतील. 'धर्मनिरपेक्षते'चं असिधारा व्रत स्वीकारल्यावर हे करणं आवश्यकच आहे.

प्रश्न : विवाहित पुरुषांचे दोन प्रकार सांगा.

उत्तर : विवाहित पुरूष म्हणजे नवरे, काही नवरे बायकोच्या मिठीत असतात, तर काही नवरे बायकोच्या मुठीत असतात.

प्रश्न : मी तुम्हाला अलगद उचलून उत्तर ध्रुवावर नेऊन ठेवलं, तर काय कराल?

उत्तर : माझ्या मित्राला सांगून तुम्हाला दक्षिण ध्रुवावर त्याआधीच नेऊन ठेवीन बसा बर्फ खात.

प्रश्न : समोर उभ्या असलेल्या माणसानं तुम्हाला अस्सल अश्लील दहा शिव्या दिल्या, तर तुम्ही काय कराल?

उत्तर : ज्या क्रमानं त्यानं शिव्या दिल्या, त्याच क्रमानं मी त्या शिव्या जशाच्या तशा परत करीन. मला नको असलेल्या गोष्टींचा संग्रह मी उगीच कशाला करून ठेवू? उलट त्याला त्याच दहा सुपर क्वालिटीच्या शिव्या अन्यत्र उपयोगी पडतील.

प्रश्न : उपवासाचे प्रकार किती?

उत्तर : उपवासाचे प्रकार असे -

१. निर्जळी उपवास : त्या दिवशी पाणीही प्यायचं नाही.

२. निराहार : त्या दिवशी कसलाही आहार करायचा नाही.

३. फलाहार : त्या दिवशी फक्त फळंच खायची.

४. नक्त : फक्त रात्रीचा उपवास.

५. पोलिटिकल उपवास : आश्वासन, मोसब्यांचा रस, वर्तमानपत्राचे वार्ताहर, प्रेस फोटोग्राफर, बरीच पब्लिक यांची जमवाजमव होईपर्यंत काही न खाणे. (अगोदर अजीर्ण होईपर्यंत खाऊन हा उपवास सुरू होतो. अनायासे लंघनही होते.)

६. डाएटिंग : विशाल महिलांसाठी मर्यादित आहार.

७. पथ्य : अमुक वर्ज्य, तमुक वर्ज्य हासुद्धा एक प्रकारचा उपवासच असतो.

८. शिक्षोपवास : शिक्षा म्हणून संपूर्ण दिवसभर जेवणखाण बंद.

९. 'शहर' बंद : पृथ्वीच्या पाठीवर कुठंही काहीही झालं तरी इकडे आपलं गाव बंद, अशा वेळी खाणावळीत हॉटेलात जेवणाऱ्यांचा उपवास.

१०. उपाशी : अपरिहार्य कारणामुळे, अचानक काही घडलं, तर धाड येते पोटावर. उपाशी रहावं लागतं. होतं असं कधी कधी.

११. उपासमार : अतिशय गरीब माणसांची नेहमी होत असते. दोन दोन

दिवस दोन घाससुद्धा पोटात जात नसतात. हेही खूप घडतं.

प्रश्न : धंद्याचं मुख्य सूत्र काय?

उत्तर : धंदा करताना दोन मुख्य गोष्टी कटाक्षानं पाळाव्यात-

१. दिलेला शब्द प्राण गेला तरी पाळणे.

२. कुणालाही कसलाही शब्द देण्याचा गाढवपणा न करणे.

प्रश्न : तुम्ही खूप दरोडे घातल्यावर काय कराल?

उत्तर : चैनीत राहीन.

प्रश्न : तुम्ही देशाचा राजा झालात, तर काय कराल?

उत्तर : चैनीत राहीन.

प्रश्न : तुम्ही हुकूमशहा झालात तर?

उत्तर : चैनीत राहीन.

प्रश्न : लोकनियुक्त महापदाधिकारी झाल्यावर तुम्ही काय कराल?

उत्तर : चैनीत राहीन.

प्रश्न : सत्तेची खुर्ची गेल्यावर

उत्तर : तरीही चैनीत राहीन. तशी तरतूद खुर्चीवर असताना करून ठेवीन.

प्रश्न : आध्यात्मिक, थापाराम बापू, बालाराम बापू, तोताराम बापू झाल्यावर काय कराल?

उत्तर : चैनीत राहीन.

प्रश्न : फक्त बायको नोकरी करते, अशा वेळी तुम्ही काय कराल?

उत्तर : नेहमीचंच. चैन करीन.

प्रश्न : १६ आकडा उजवीकडून वाचला की ६१ होतो. या दोन आकड्यांचा परस्परांशी जोडणारा एखादा दुवा आहे काय?

उत्तर : आहे. त्याचं नाव हृदय आहे. १६ व्या वर्षी दिल की धडकन सुरू होते, तर एकसष्टाव्या वर्षी हार्ट अॅटॅक येतो.

प्रश्न : पारतंत्र्य चांगलं की स्वातंत्र्य?

उत्तर : अर्थात स्वातंत्र्य चांगलं. कारण स्वातंत्र्य या शब्दाचा 'स्वैराचार' असा सोयीस्कर अर्थ लावून तसा स्वैराचार करण्याची कार्यवाहीही स्वयंनिर्णयानं करता येते.

प्रश्न : जेमतेम तीन टक्के कपडे (कपडे कसले धांदोट्याच) घातलेल्या शेकडो तरुण स्त्रियांचं दर्शन टी. व्ही. पासून वृत्तपत्रांपर्यंत सर्व प्रसारमाध्यमांतून होत असतं. यावरून कसला शोध लागेल?

उत्तर : स्त्री ही 'विकाऊ' वस्तू आहे, असं वाटण्याचा संभव आहे.

प्रश्न : काही काही माणसांना टाळावं असं वाटतं पण ती टळत नाहीत. त्यांना कटवण्याची रामबाण युक्ती काय?

उत्तर : कटवणेपात्र माणूस आला की, तुम्ही काय करा, तुम्ही रचलेल्या भिकार कविता भसाड्या आवाजात एकापाठोपाठ एक वाचून दाखवा, निम्मा हैराण होईल. मग काय करा, बायकोला हाक मारा. ती आल्यावर तिला तुमच्याकविता कविता गायला सांगा. ती अप्रतिम बेसूर आणि भेसूर पद्धतीनं गाऊ लागेल. तो माणूस पुन्हा कधीही येणार नाही. आपोआप कटेल. या प्रयोगानं अनेक माणसांना कटवू शकाल.

प्रश्न : शत्रूंची वर्गवारी कशी कराल?

उत्तर : अशी : एक टिंब, हे टिंब म्हणजे मी, या टिंबाच्या भोवती जे पहिलं वर्तुळ काढाल ते म्हणजे कुटुंबातली माणसं. त्याबाहेरचं वर्तुळ थोडं दूर असलेल्या नातेवाईकांचं वर्तुळ. शत्रू नंबर दोन. त्याबाहेरचं वर्तुळ मित्रांचं. वर्तुळ नंबर तीन शत्रू नंबर तीन. त्याबाहेरचं वर्तुळ परिचित, परंतु वारंवार येणाऱ्या मंडळींचं. नंबर चार आणि केंद्रबिंदूपासून सर्वात बाहेरचं वर्तुळ खरोखरच्या शत्रूचं. आपण त्याचं आणि त्यानं आपलं शत्रुत्व स्वीकारल्यावर तो एकदम दूर जातो. संबंधच संपतात, तुटतात. आधीची चार वर्तुळं हीच खरी शत्रू मंडळी आणि पाचव्या वर्तुळातल्या खरोखरच्या शत्रूनं कायमचे संबंध तोडल्यामुळे तोच मित्रवत वाटतो.

प्रश्न : चित्रपट अभिनेत्रीनं स्वत: होऊन 'माझ्याशी लग्न करशील काय?' असं विचारल्यावर तुमची प्रतिक्रिया काय असेल?

उत्तर : एका पार्टीच्या वेळी मी एकटाच असेन आणि माझी एक्स वाईफ दुसऱ्या पुरुषाच्या हातात हात घालून येताना दिसेल. हे कोण? असं कुणीतरी तिच्यासोबत असलेल्या पुरुषास उद्देशून विचारल्यावर ती सांगेल, 'ही इज माय वुड बी एक्स हजबंड' (माझा भावी माजी नवरा) हे ऐकून मला असं वाटलं की, मी तिच्या हातात हात घालून गेलो असता असंच 'वुड बी एक्स हजबंड' सांगितलं असेल काय?

प्रश्न : स्त्रियांचा दागदागिन्यांचा हव्यासाचा अतिरेक झाल्यार एका राजानं वटहुकूम काढून स्त्रियांच्या दागिन्यांवर बंदी आणली. तरीही स्त्रियांनी आपला एक दागिनाही काढला नाही. राजा वैतागला. तुम्ही राजाला रामबाण आयडिया सुचवाल का?

उत्तर : होय. राजाला आधीच्या वटहुकूमात दुरुस्ती करून दुसरा वटहुकूम असा लिहायला सांगेन 'आधीचा वटहुकूम आहे तसाच राहील, परंतु या

वटहुकूमातून फक्त वेश्यांना वगळण्यात आलं आहे. फक्त वेश्यांनी दागदागिने घातले तर चालेल.' या दुरुस्त वटहुकूमाचा फर्स्ट क्लास परिणाम झाला. दागिने घालून आपण हिंडलो, तर लोक आपल्याला वेश्या समजतील, या धास्तीनं राज्यातल्या सर्व स्त्रिया दागिने घालणं बंद करतील. (असं समजतं की तसं झालं.)

प्रश्न : नेहमी पैसे उसने मागायला येणारा मित्र (मित्र कसला वैरीच) आपल्याकडे येत असल्याचं लांबून दिसल्यावर काय कराल?

उत्तर : मी लगेच, शर्ट चपला घालून घराबाहेर पडेन. तोपर्यंत तो घरापाशी आलेला पाहून मी आनंदानं त्याला म्हणेन,'मित्रा तुला देवानंच माझ्याकडं पाठवलं आहे. 'ए फ्रेंड इज नीड इज फ्रेंड इनडीड' असं एक सुभाषित आहे. मला आता अर्जंट एक हजार रुपयांची गरज आहे. मी तुला वेळोवेळी जवळजवळ तीन साडेतीन हजार रुपये उसने दिले आहेत. त्यापैकीच एक हजार मागायला तुझ्याकडेच निघालो होतो. तेव्हा तो चाप्टर मित्र म्हणेल. 'तू घरी येण्याची तसदी घेऊ नको मी घरी जातो आणि ताबडतोब घेऊन येतो.' मात्रा बरोबर लागू पडली. तो गेला तो गेलाच. पिडा गेली. तुम्हीही तसंच करा.

प्रश्न : तुम्ही कथा, लेख वगैरे कसे लिहिता?

उत्तर : हातानं.

प्रश्न : तसं नाही हो, कसं म्हणजे कसं लिहिता?

उत्तर : खरं सांगू का? पेननं लिहितो.

प्रश्न : तसं नव्हे हो, अगदी खरं कसं लिहिता?

उत्तर : अगदी खरं खरं सांगायचं म्हणजे स्फूर्ती आली की, मी भराभर लिहितो, मग थांबत नाही.

प्रश्न : स्फूर्ती कशी येते?

उत्तर : च्या मारी! तीच कठीण गाष्ट आहे. तिची वाट पाहत ताटकळत बसावं लागतं.

प्रश्न : 'गॉड हेल्प्स देम हू हेल्प देमसेल्व्हज' या चालीवर एखादं सुभाषित रचून दाखवा.

उत्तर : 'गव्हर्नमेंट हेल्प्स देम डू डू नॉट हेल्प देमसेल्व्हज.'

प्रश्न : राजदूतांचं (ॲम्बॅसिडर) मुख्य काम काय?

उत्तर : नेमणूक झालेल्या देशात आपल्या देशाबद्दल प्रामाणिकपणे खोटं बोलत राहणं.

प्रश्न :	साहित्यातील पीएच. डी. चा प्रबंध कसा असतो?
उत्तर :	दहा पुस्तकं वाचून अकराव्या पुस्तकासाठी तयार केलेलं लेखन त्यालाच पीएच. डी. चा प्रबंध असं म्हणतात, असं जाणकारांचं मत आहे.
प्रश्न :	दुसऱ्यांचे पैसे वापरणारे कोण कोण आहेत?
उत्तर :	बायको, मुलं, चोर, दरोडेखोर, मित्र आणि सरकार.
प्रश्न :	माणसांचं आणि झोपेचं नातं कसं आहे?
उत्तर :	रात्र झोपेसाठी असूनही तो रात्रपाळीच्या डयुटीसाठी कामावर जातो आणि दिवस जागं राहण्यासाठी असूनही रात्रपाळीला जागून आल्यामुळे दिवसा झोपतो.
प्रश्न :	पदवीधरांचे प्रकार किती?
उत्तर :	दोन : काही पदवीधर कसं शिकावं हे शिकतात आणि काही पदवीधर विचार कसा करावा, हे शिकतात, तिसराही एक प्रकार आहे, बी. ए. झाल्यावर त्यांना फक्त एकाच गोष्टीचे ज्ञान होते, ते म्हणजे आपण बी. ए. झालो नसतो, तरीही चाललं असतं.
प्रश्न :	एखाद्याचा पगार - विस्तार आणि संकोच याबद्दल काय सांगाल?
उत्तर :	बायको वाढवून दुसऱ्यांना सांगते तो आकडा आणि बॉसच्या दृष्टीनं निम्म्या पगाराएवढा आकडा या दोन्हींचा मध्य म्हणजे म्हणजे खरा पगार.
प्रश्न :	काही स्त्रियांना दुपारी कंटाळा येतो. वेळ जाता जात नाही. त्यांच्यासाठी घरबसल्या करता येण्यासारखा एखादा कमी खर्चाचा व्यवसाय सांगू शकाल काय?
उत्तर :	होय. घरबसल्या लहान मोठ्या मच्छरदाण्या करता येतील. काय करायचं, पुष्कळ बारीक सारीक सारख्या आकाराची छिद्रं घ्यायची आणि एकाला एक, एकाला एक, एकाला एक असं जोडत बसायचं. थोड्याच दिवसांत एक मच्छरदाणी करण्याएवढं कापड तयार होईल.
प्रश्न :	दोसे पुष्कळ प्रकारचे असतात. साधा दोसा, मसाला दोसा, पेपर दोसा, उलुंडू दोसा वगैरे. परंतु कमीत कमी पीठ वापरून कोणता दोसा तयार करता येतो?
उत्तर :	रवा दोसा. तो तसा पातळ असतो आणि त्या दोशाला लहान मोठी छिद्र असतात. ती छिद्र एकाला एक जोडत गेलं की, तेवढ्याच पिठात आणखी एक दोसा तयार होतो.
प्रश्न :	कोणा एका त्याला संपूर्ण जगात एकही शत्रू नाही; हे वाक्य पूर्ण करा.
उत्तर :	आणि त्याच्या मित्रांपैकी कुणालाही तो आवडत नाही.

प्रश्न :	घटना आणि बातमी यात फरक काय?
उत्तर :	घटना ही शुद्ध सत्य असते आणि बातमी सालंकृत असत्य असते.
प्रश्न :	लेखक आणि समीक्षक यात फरक काय?
उत्तर :	जन्मदात्री आई आणि संगोपन करणारी बाई यात फरक आहे तोच. दुसरा एक फरक- जगात कुठंही गेलं तरी लेखकाचे पुतळे दिसतील, पण समीक्षकांचे नाहीत.
प्रश्न :	सौंदर्याची सर्वात मोठी समस्या कोणती?
उत्तर :	जन्मजात श्रीमंतानं नंतर गरीब व्हावं तसं तारुण्यातल्या सौंदर्याचं असतं.
प्रश्न :	जीवनाचा मार्ग मरणाच्या मैदानातून जातो तर मग मरणाचा मार्ग कुठून जातो?
उत्तर :	सरकारी हॉस्पिटलवरून.
प्रश्न :	शपथ म्हणजे काय?
उत्तर :	केवळ उच्चारायचे शब्द.
प्रश्न :	शब्द म्हणजे काय?
उत्तर :	शब्द म्हणजे तोंडाची वाफ.
प्रश्न :	माणसांच्या समुदायाचं व्यवच्छेदक लक्षण काय?
उत्तर :	समुदायाला हात हजार असतात, पण मेंदू अजिबात नसतो.
प्रश्न :	उपदेश म्हणजे काय?
उत्तर :	सर्वात कमी किंमतीचं चलनी नाणं.
प्रश्न :	ज्याची स्वतःला गरज आहे. परंतु जो तो दुसऱ्यांना खिरापतीसारखा वाटत सुटतो, त्याला काय म्हणतात?
उत्तर :	त्यालाही उपदेशच म्हणतात.
प्रश्न :	अमेरिकेचे राष्ट्राध्यक्ष होण्याची तुमची तयारी आहे काय?
उत्तर :	माझी तयारी आहे. पण अमेरिकेचे सध्याचे राष्ट्राध्यक्ष जॉर्ज बुश, 'मी' व्हायला तयार आहेत काय? पोस्टकार्ड पाठवून ते काय म्हणतात ते बघा.
प्रश्न :	आदर्श नवरा कसा असतो?
उत्तर :	कुण्या लेकाला ठाऊक आहे?
प्रश्न :	दोन स्त्रिया नव्यानं मैत्रिणी होतात याचा अर्थ काय?
उत्तर :	त्या दोघींनीही आधीची एकेक मैत्रीण गमावलेली असते.
प्रश्न :	प्रामाणिक आणि निष्ठावंत पुढारी कुणाला म्हणतात?
उत्तर :	ज्या ज्या वेळी नवीन पक्षात जातो त्या त्या वेळी पुन्हा तिथून बाहेर

पडेपर्यंत पक्षाच्या धोरणाप्रमाणे वागतो. त्याला प्रामाणिक आणि निष्ठावंत पुढारी म्हणतात.

प्रश्न : प्रत्येक देशाला सर्वांगीण विचार करून तयार केलेली घटना असते. तरीही तीत काही उणीव असते. ती कोणती?

उत्तर : देशाची समाप्ती कशी करावी, याबद्दलची कसलीही तरतूद कोणत्याही राज्यघटनेत केलेली नसते.

प्रश्न : घटस्फोटानंतरचं लग्न - काय सुचवतं?

उत्तर : आशेनं कटू अनुभवावर मिळवलेला विजय.

प्रश्न : 'कन्या सासुरासी जाये मागे परतुनी पाहे-' समस्यापूर्ती करा.

उत्तर : 'वऱ्हाडाच्या घोळक्यात प्रियकर कोठे आहे?'

प्रश्न : अल्पकाळ टिकणाऱ्या तीन गोष्टी सांगा.

उत्तर : पावडरीचं गोरेपण, वेश्येचं प्रेम आणि श्रीमंत बाईचं समाजकार्य.

प्रश्न : मूर्ख, शहाणे, विद्वान यांच्याबद्दल सांगा.

उत्तर : जगात सगळे मूर्ख असतात. जे कमी मूर्ख असतात, त्यांना शहाणे म्हणतात. आणि जे कमीत कमी मूर्ख असतात, त्यांना विद्वान म्हणतात.

प्रश्न : प्रेम आणि यश याबद्दल सांगा.

उत्तर : प्रेमात यशस्वी होणं हे सर्वांत उत्तम आणि प्रेमात अयशस्वी होणं त्याच्या खालोखाल उत्तम.

प्रश्न : एकेकाचं बलस्थान सांगा.

उत्तर : विंचवाचं बलस्थान नांगी, नांगी तोडली की विंचू आणि झुरळ सारखेच. नटीचं बलस्थान तिचं तारुण्य आणि सौंदर्य ही दोन्ही ओसरल्यावर नटी आणि ऑर्डिनरी बाई सारख्याच. मंत्र्याचं बलस्थान खुर्ची ती गेली की, मंत्री आणि पब्लिक सारखेच.

प्रश्न : इतिहासापासून माणूस काय शिकतो?

उत्तर : इतिहासापासून काहीही शिकायचं नाही, एवढंच माणूस इतिहासापासून शिकतो.

प्रश्न : चूक नसूनही कबूल करतो, त्याला काय म्हणतात?

उत्तर : नवरा.

प्रश्न : एकंदरीत मृत्यूचं प्रमाण कसं असतं?

उत्तर : जगात कुठंही गेलं तरी मृत्यूचं प्रमाण सारखंच असतं दर माणशी एक!

प्रश्न : सिगारेट सोडण्यासाठी काय करावं?

उत्तर : जबरदस्त संयम आणि ओलसर काड्याची पेटी.

प्रश्न : आई आणि प्राध्यापक यांच्यात फरक काय?

उत्तर : आई मांडीवरच्या एकाच मुलाला झोपवते आणि प्राध्यापक लेक्चरच्यावेळी क्लासमधील पन्नास मुलांना झोपवतो.

प्रश्न : शिष्टाचार म्हणजे काय?

उत्तर : आ वासून जाभंई न देता बंद ओठांनी आतल्या आत जांभई देणं.

प्रश्न : पुरुष आणि स्त्रिया यांचं कोणत्या बाबतीत साम्य आहे?

उत्तर : दोघांचाही स्त्रियांवर विश्वास नसतो.

प्रश्न : जगात सर्वश्रेष्ठ कोण?

उत्तर : आपला 'चिकटून बॉस' (इमिजिएट बॉस.) कारण दररोज या खविसाशी आपली गाठ असते. एरवी 'पंतप्रधान यू आर रॉंग' असं ठणकावून म्हटलं. तरी चालतं. पंतप्रधान मेमो पाठवणार नाहीत. परमेश्वरानंतर बॉसच ग्रेट असतो.

प्रश्न : सर्व प्रश्नांची उत्तर चांगली दिली. काय द्यायचं बोला?

उत्तर : एक लाख अब्ज अमेरिकन डॉलर्स द्या. हिंमत आहे का, ते बघू या. ते शक्य नसल्यास नुसतंच थँक्यू म्हणा.

●●●

. ६ .

लाऊडस्पीकरची मुलाखत

लाऊडस्पीकरच्या (मायक्रोफोन) सहकार्यानं आत्तापर्यंत अक्षरश: असंख्य म्हणजेच असंख्यच जाहीर मुलाखती झाल्या असतील. भाषणंही असंख्य झाली असतील. संगीताचे कार्यक्रम, धार्मिक कार्यक्रम, निरनिराळ्या मॉडर्न संतांची प्रवचनं (टी. व्ही. वर पर चॅनेल एक संत - पुरुषी ढंगाची वेणी फणी करून चकाचक असे संत) संसद, विधिमंडळातील चर्चा (देशी भाषेत याला भांडाभांडी, मारामारी, फाडाफाडी, फोडाफोडी, गुद्दागुद्दी वगैरे म्हणतात.) पण संसदीय भाषेत या सर्व तेजस्वी क्रियांना 'चर्चा' असा शब्द आहे. आताचे सगळे शब्द अन्पार्लमेंटरी आहेत. म्हणून सर्वार्थे 'चर्चा' हा पार्लमेंटरी शब्द वापरण्याची पद्धत आहे. याशिवाय अक्षरश: शेकडो ठिकाणी लाऊडस्पीकर लागतोच.

परमेश्वर जसा चराचर विश्व व्यापून आहे, त्याप्रमाणेच लाऊडस्पीकर सारं जग व्यापून वरती दशांगुळे उरला आहे. कुठंही जा- तेथे अधिष्ठान पाहिजे, लाऊडस्पीकरचे. अशी सध्याची स्थिती आहे. पूर्वी कुठंही लाऊडस्पीकर्स लागत नव्हते. 'आमच्या मासाहेब जर इतक्या सुंदर असत्या तर आम्हीही तसेच उपजलो असतो.' हे तेजस्वी वाक्य शिवाजी महाराजांनी भर दरबारात लाऊडस्पीकरवरून थोडंच उच्चारलं होतं? पण ते सर्वांना कळलं आणि तीन साडेतीनशे वर्षानंतरही ते आज टिकून आहे. 'स्वराज्य हा माझा जन्मसिद्ध हक्क आहे आणि तो मी मिळवणारच.' हे वाक्य लो. टिळकांनी लाऊडस्पीकरशिवाय

दणदणीत आवाजात उच्चारून दशदिशा दणाणून टाकल्या होत्या. संपूर्ण गीता श्रीकृष्णानं अर्जुनाला लाऊडस्पीकरवरून सांगितली नव्हती. नेवासे मुक्कामी 'पैसा'च्या खांबाशी बसून ज्ञानेश्वरांनी ज्ञानेश्वरी सांगितली. त्यावेळी तिथं तरी कुठं लाऊडस्पीकर होता. सगळी ज्ञानेश्वरी तशीच सांगितली.

परंतु सध्याच्या आवाजाच्या रणधुमाळीला दोन शास्त्रज्ञ जबाबदार आहेत. अमेरिकन शास्त्रज्ञ अलेक्झांडर ग्रॅहम बेल यानं एकाच १८७६ या वर्षी मायक्रोफोन आणि टेलिफोन यांचे शोध लावले आणि पुढील ब्रिटिश शास्त्रज्ञ होरॅस शॉर्ट यांनी लाऊडस्पीकरचा शोध लावून जागतिक पातळीवरचा गोंधळ सुरू केला. आपले कान केवढे, लाऊडस्पीकरचा आवाज केवढा याचा काही तरी मेळ आहे काय? आवाज किती प्रचंड आहे हे मोजण्याची सोयही करून ठेवली आहे. डेसिबल या नावानं आवाजाची तीव्रता मोजली जाते. इथंही डेसिबलमधला बेल म्हणजे अलेक्झांडर ग्रॅहम बेल आहे. तेव्हापासून म्हणजे लाऊडस्पीकरचा शोध लागल्यापासून जावं तिकडे सगळे आवाज की दुनिया के दोस्तच धुडगूस घालत असतात.

मी एकदा ठरवलं की, आपण लाऊडस्पीकरला भेटावं, त्याची अपॉइंटमेंट घेऊन मुलाखत घ्यावी. अपॉइंटमेंट एवढ्याचसाठी घ्यायची की, तो कायम बिझी असतो. त्याला कुठून कुठून बोलावणी येत असतात. कायद्यानं ठरवून दिलेल्या वेळेपेक्षा अधिक वेळ ओव्हरटाईम करावा लागतो. या सर्व वेळांतून त्याला मुलाखत द्यायला वेळ मिळाला पाहिजे. खेड्यापासून महानगरपर्यंत लाऊडस्पीकरला प्रचंड मागणी असते. त्यातूनही मार्ग काढला. एक लाऊडस्पीकर मला म्हणाला, "मी सर्वांच्या वतीनं मुलाखत देतो. आम्हा लाऊडस्पीकरांचे काही अनुभव समान असतात. तर स्थलकालपरत्वे कित्येकांचे अनुभव भिन्न भिन्न असतात, मजेशीर असतात. स्पर्धात्मक असतात. अनेक प्रकार आहेत. त्या सर्वांऐवजी मीच सगळीकडे जात असतो. असं समजून माझी मुलाखत घ्या, म्हणजे सर्वांचीच मुलाखत घेतल्यासारखं होईल."

लाऊडस्पीकरचं म्हणणं मला पटलं एक दिवस मुलाखतीसाठी ठरला. त्या दिवशी या लाऊडस्पीकरचा मालक बाहेरगावी जाणार होता. त्यामुळे लाऊडस्पीकरला ड्यूटीवर वगैरे जायचं नव्हतं. वेळ भरपूर होता. निवांतपणे बोलत बसता येणार होतं. मालक असते तर कुठून तरी सांगावा आल्याबरोबर मुलाखत अर्धवट टाकून ड्यूटीवर जावं लागलं असतं. मग तिकडे अडकला की अडकलाच वेळेचं बंधन नाही. मालक त्याला ताबलून घेतो.

मी टिपणं घेण्यासाठी वही आणि पेन घेऊन लाऊडस्पीकरकडे गेलो. त्याला विचारायचे प्रश्नही लिहून नेले होते. मुलाखत सुरू झाली.

मी : नमस्कार, लाऊडस्पीकरराव, तुम्ही दिलेल्या वेळेप्रमाणे मी तुमची मुलाखत घ्यायला आलो आहे. प्रकृती वगैरे ठीक आहे ना?

लाऊडस्पीकर
(यापुढे 'लास्पी') : सध्या तरी ठीक आहे. गणेशोत्सवातल्या दहा दिवसात माझ्या नरड्यावर फार ताण पडला होता. कायदे गुंडाळून ठेवून मला राबवत होते. माझ्या घशाला फार त्रास झाल्यामुळे एकसारखा घर्रघर्र फुर्र फुर्र कुंई घुर्र असे चमत्कारिक आवाज एकसारखे निघत होते. मी मालकांना दोन तीनदा म्हणालोसुद्धा,'मालक मला डॉ. टेक्निशियन यांचेकडे घेऊन चला. ते 'ई. एन. टी.' पैकी (इअर नोट थ्रोट) थ्रोटचे स्पेशालिस्ट आहेत. त्यांच्याकडे घेऊन चला.'

मी : मग मालकांनी नेलं का 'थ्रोट स्पेशालिस्ट'कडे?

लास्पी : काही तरीच काय विचारताय? माझा घसा ओरडून ओरडून खलास झालाय. तरीही ऐन गणपतीत मला तिकडे नेऊन ॲडमिट करणं शक्य नाही. त्याचं माझ्या नरड्यावर मिळणारं उत्पन्न बुडलं असतं ना? मालक मला फक्त एवढेच म्हणाले, 'गणपती होऊन जाऊ देत. मग बघू. ते बघू म्हणाले, नक्की नेतो असं म्हणाले नाहीत.'

मी : कमाल आहे? किती पिळवणूक करायची ती?

लास्पी : बघा ना! गणपती उत्सव चालू असतानाच मला नवरात्र - उत्सव दिसू लागला. पुन्हा दहा दिवस नरडं खरवडून खरवडून ओरडायचं.

मी : तुमचा मालक म्हणजे एक नंबरचा हा म्हणजे अगदी हाच दिसतोय.

लास्पी : हरामखोर! एक नंबरचा हरामखोर आहे. पुन्हा एक नंबरचाच बदमाष आहे. त्याच नंबरचा ड्यांबीस आहे. याशिवाय एक नंबरचा टिंबटिंब टिंबसुद्धा आहे. माझी पिळवणूक करणारा तो एक्सप्लॉयटर आहे. मला खूप राबवून घेत असतो. मला मुकाट्यानं सहन करावं लागतं. माझी प्रकृती ठीक करा आणि राबवा की! परंतु माझी प्रकृती ठीक करायला पैसे लागतात. पैसे काढायची बात म्हटलं की मालकाच्या पोटात भीतीचा गोळा उठतो.

मी : भलताच कृतघ्न दिसतोय.

लास्पी : होय ना! एक नंबरचा स्वार्थी आहे. हल्ली जिकडे तिकडे मी लागत असतो. त्यामुळे माझ्या जिवावर मालकानं हजारो मिळवले आहेत. पण माझ्यावर एक पैसा खर्च करायचा म्हटलं की, मालकाला कापरं भरतं. असला स्वार्थी मालक आहे.

मी : लास्पीराव मी तुमच्याविषयी सहानुभूती व्यक्त करतो. माणसाचं आयुष्य काय आणि लाऊडस्पीकरचं आयुष्य काय, सुख आणि दु:ख दोन्ही पाचवीलाच पुजलेली असतात. आपण आता थोडसं चांगल्या बाजूकडे वळू या. तुम्हाला तुमच्या या दीर्घ आयुष्यात नाना प्रकारची माणसं भेटली असतील.

लास्पी : तर हो! अफलातून नमुने भेटले, दररोज भेटतात आणि पुढंही भेटत राहणार आहेत. आमचं आणि माणसाचं आता अतूट नातं निर्माण झालं आहे.

मी : मला असलीच मासलेवाईक माणसं सांगा.

लास्पी : मी आणि मायक्रोफोन प्रत्यक्षात दोन निराळ्या वस्तू दिसत असलो तरी मनानं एकच आहोत. मायक्रोफोनवरचं बोलणं मी मोठ्या आवाजात बोलून दाखवतो. मायक्रोफोनसमोर पहिल्यांदाच येणाऱ्या माणसाची अक्षरश: फ्या फ्या उडते. बोलताना तत पप होतं; जीभ टाळ्याला चिकटते; ओठांना कोरड पडते; शरीर थरथर कापू लागतं; अंगावर काटा उभा राहतो. घशातून कोरडं खाकरणं सुरू होतं. पोटात भीतीचा गोळा निर्माण होऊन तो पोटातल्या पोटात स्वत:भोवती फिरू लागतो. छातीत धडधड सुरू होते. चेहरा असा भेदरलेला असतो की, आणखी पाच मिनिटांनी त्याला फाशी द्यायचं आहे. संपूर्ण शरीरभर अफाट घाम येऊ लागतो. तो सचैल ओलाचिंब होतो; हृदयाचे ठोके घणाच्या घावासारखे दणदणीत होत असतात. पाय लटलट कापू लागतात. मध्येच छातीतून कळ आल्यासारखं वाटू लागतं. इतके सगळे 'सुयोग' जुळून येऊनही आपण अूजन बेशुद्ध का पडत नाही. बेशुद्ध पडणं ही क्रिया आपण होऊन योग्यवेळी होत असते की, आणखी कशामुळे होते याचा घोळ मनात सुरू होतो. बेशुद्ध पडण्याची उत्कृष्ट क्रिया आपल्याला माहीत असती तर आपण ताबडतोब बेशुद्ध पडलो असतो असंही त्याला वाटतं. पहिल्यांदाच माझ्या सहवासात बोलताना भल्याभल्यांची भंबेरी उडते.

मी : लाऊडस्पीकरराव, तुमच्या सहवासात बोलायचं झाल्यास विसरायला होतं का हो?

लास्पी : हमखास! बोलणारा नवीनच असेल तर पाठ करून आलेल्या छोट्याशा निवेदनाचीही तो ऐशी की तैशी करून टाकतो. माहीत असलेली माणसं, पाठ करून ठेवलेली दोनच वाक्यं, तीसुद्धा विसरायला होतात.

मी : एखादं उदाहरण सांगाल का?

लास्पी : किती तरी सांगता येतील. तुम्ही म्हणता म्हणून एकच सांगतो. चाळीतला उत्सव. अध्यक्ष चाळीतले. त्याचं अध्यक्षपदासाठी नाव सुचविणारा कार्यवाह

त्याच चाळीतला आणि बंडूच्या ठरावाला अनुमोदन देणारा नानूसुद्धा त्याच चाळीमधला. अध्यक्ष होणारे भाऊसाहेब तिथलेच. वर्षानुवर्ष एकमेकांना नावाने ओळखणारे होते. नानूकडे काम एका वाक्यात बंडूच्या ठरावाला अनुमोदन देण्याचं होतं. ते वाक्य असं असायला पाहिजे होतं. परंतु ऐनवेळी माईकपुढं उभा राहिल्यावर विसरला. 'माझे मित्र श्री. नानू यांनी भाऊसाहेबांनी अध्यक्षपद भूषवावं असा जो ठराव मांडला. त्यास माझं अनुमोदन आहे.' पण नानूला घाम फुटला सगळी नावं विसरला, कामाचं स्वरूप विसरला आणि आपण काय बोलायचं आहे याचाच विसर पडला. कसं बसं अडखळत म्हणाला, ''आत्ताच माझे हे, ह्यांनी आत्ता हे केलं - ह्याला - माझं हे आहे - (च्यायला - ह्याची! हे स्वत:शी)''

मी : सर्वांना हेमध्ये गुंडाळून टाकलं. माईकसमोर उभा राहून बोलताना सुरुवातीला असंच होतं.

लास्पी : नानू एकसारखं हे ह्यांनी ह्यांचं, सगळी 'ह' ची बाराखडी वापरून बोलत होता. हे, हे, हे, करायचं हे ठिकाण आहे काय? तिकडे बाजूला जाऊन हे उरकून यावं की!

मी : आणखी एखादी गंमत सांगा ना 'ह' ची.

लास्पी : विचारता म्हणून सांगतो. एका महिला मंडळात महिलांची रामरक्षा पठणाची स्पर्धा ठेवली होती. त्यातल्या एकीने धमाल केली. तिनं निराळीच रामरक्षा म्हटली. 'ह'ची. श्रीराम प्रमाणे हा 'ह' राम. नमुन्यासाठी त्या महिलेनं म्हटलेल्या ह रामरक्षेतला एक श्लोक सांगतो. आधी मूळ श्लोक :

'रामाय रामभद्राय रामचंद्राय वेधसे ।
रघुनाथाय नाथाय सीतायाः पतये नमः ॥

आता 'ह' आवृत्ती.

'ह्यांच्याच हेभ्रदाय हेचंद्राय वेधसे।'

मी : पण असा 'ह' पर्याय ठेवण्याचं कारण काय?

लास्पी : त्याचं काय आहे. त्या बाईचं नाव सीताबाई होतं. त्यामुळे नवऱ्याचं नाव रामभाऊ असणं अपरिहार्य होत. रामरक्षा झाली म्हणून काय झालं? नवऱ्याचं नाव कसं घ्यायचं? सीताबाई नवऱ्याचा उल्लेख 'हे' असा करायच्या. हे ऑफिसात कामाला वाघ आहेत. साहेबांचं हयांच्याशिवाय पानही हलत नाही. (कारण साहेबांना पानं आणून द्यायचं काम सीताबाईंचे 'हे' च करतात. वगैरे.)

मी : तुम्हांला तुमच्याच मोठ्या आवाजाचा त्रास होतो काय? कारण पुष्कळ

लोकांना खूप मोठ्या आवाजात तुम्हाला लावण्याची हौस असते. तुमचाच हा आवाज ऐकून तुमच्यासुद्धा कानठळ्या बसत असतील.

लास्पी : तसं होतं खरं! पण माझं नावच लाऊडस्पीकर असल्यामुळे मी तक्रारही करू शकत नाही.

मी : तुम्हांलाही वैताग आणणाऱ्या भयंकर आवाजाचा एखादा अनुभव सांगू शकाल काय?

लास्पी : एक काय घेऊन बसलात? पाच - पन्नास, शे-पन्नास अनुभव सांगू शकेन.

मी : सुरुवात तरी करा.

लास्पी : मुंबईमधल्या गजबजलेल्या कामगार वस्तीत असलेल्या एका चाळीत मला 'ऑन ड्युटी' जायचा योग आला होता. माझ्या मालकानं माझं नरडं टिपेच्या आवाजात सुरू केलं आणि हिंदी सिनेमातल्या गाण्याचं भुस्काट पाडण्याचा अप्रतिम कार्यक्रम चाळीच्या डोंबलावर हाणण्याचं कार्य सादर केलं. प्रचंड गोंगाट एवढंच त्याचं स्वरूप होतं.

मी : कामगार वस्तीत नेहमीच तुम्हाला मोठ्या आवाजात लावतात; पण तुम्ही म्हणता फार भयंकर आवाजात गाणी चालू होती.

लास्पी : त्याचं काय आहे विनायकराव, (म्हणजे मी - दुसरं कोण असणार माझ्यावाचून?) पहिल्या मजल्यावरच्या एका खोलीत बारसं होतं -

मी : बारशाला तुमचं नरडं फाटेपर्यंत आवाज?

लास्पी : त्याचं काय आहे त्या खोलीत राहणाऱ्या जोडप्याला लग्नानंतर पाच वर्षांनी पहिला मुलगा झाला. पाच वर्षांची 'तपश्चर्या' फळाला आली. वंशदीपक जन्माला आला. हा आनंद जास्तीत जास्त लोकांपर्यंत जाऊन पोहोचावा म्हणून मला माझं नरडे फाटेपर्यंत गाण्याचं भुस्कट पाडण्याचं काम करावं लागलं. माझा आवाज आणखी थोडासा मोठा असता तर, संपूर्ण दक्षिण आशिया खंडातल्या सुमारे २०० कोटी लोकांच्या ४०० कोटी कानांपर्यंत पोहोचला असता.

मी : तुमच्या आवाजापेक्षा जास्त मोठा आवाज तुमच्या भाऊबंदापैकी कुणी काढू शकतं का?

लास्पी : होय! आमचं लास्पी म्हणजे लाऊड स्पीकर घराणं आवाजासाठी जगप्रसिद्ध आहे. कुणी ध्वनिभूषण आहे, कुणी ध्वनिविभूषण आहे.

मी : आणि सगळे मिळून ध्वनिप्रदूषण आहे.

लास्पी : खरं आहे. तर काय सांगत होतो, तो पाच वर्षांनी मुलगा झाल्याचा किस्सा सांगितला ना, तिथं समोरासमोर दोन चाळी होत्या. दोन चाळींमधलं

अंतर जेमतेम दहा-बारा फूट असेल. मी जिथं होतो त्याच्याबरोबर समोरच्या खोलीबाहेर माझा सख्खा भाऊ माझ्या दुप्पट आवाजात ठो ठो ठो ओरडत होता. बरोबर दुप्पट आवाजात. आवाज 'डेसिबल' या परिमाणानं मोजतात. माझा आवाज ७५ डेसिबल होता तर माझ्या सख्ख्या भावाचा आवाज १५० डेसिबल होता. खरं म्हणजे आमचं ओरडणं १३० डेसिबलच्या पुढं गेलं तर इट कॉजेस डॅमेज टू ह्यूमन हिअरिंग सिस्टीम. पण तुम्ही माणसंच बहिरेपणाला आमंत्रण देत असता.

मी : तुम्ही तुमच्या भावाकडे तोंड करून ओरडत होता आणि तुमचा भाऊ तुमच्याकडे तोंड करून दुप्पट आवाजात किंचाळत होता. परंतु दुप्पट मोठा आवाज कशासाठी?

लास्पी : समोरच्या चाळीत बरोबर समोरच्या खोलीमध्ये जे जोडपं राहात होतं, त्यांना लग्नानंतर दहा वर्षांनी मुलगा झाला होता. म्हणून माझ्या नाकावर टिच्चून माझ्या भावाला दुप्पट मोठ्या आवाजात ओरडावं लागत होतं.

मी : पुढारी मंडळी आणि तुम्ही-कायमची दोस्ती असते. त्यांची भाषणं ऐकून ऐकून तुम्ही वैतागून जात असाल?

लास्पी : नाही, तुम्हाला चुकीचं वाटतं. पुढारी बोलू लागले की छान करमणूक होते. पुढारीमध्ये, पुढारी-मंत्री सगळे आले. मी पुढाऱ्यांची भाषणं नेहमी ऐकत असतो. एवढंच नव्हे तर इतरांनाही सक्तीनं ऐकवत असतो.

मी : काही मजेशीर गोष्टी घडतात का?

लास्पी : घडतात ना, एक पुढारी शिवजयंतीच्या समारंभात म्हणाले, 'मला फक्त शंभर शिवाजी द्या. मी देशात क्रांती करून दाखवतो.' कमाल आहे नाही? म्हणजे शंभर शिवाजींना घेऊन क्रांती करणार. एकच शिवाजी एवढे ग्रेट होते की, ते एकटेच महान क्रांती करू शकले असते. दुसरं म्हणजे एवढे शिवाजी आणायचे कुठून? या कामासाठी टेंडर्स थोडीच मागवता येतात?

मी : कमाल आहे! शिवाजीसारखा युगपुरूष एखादाच जन्मतो. शंभर नाही.

लास्पी : याच पुढाऱ्यानं टिळक पुण्यतिथीच्या वेळीही असाच आकड्यांचा घोळ घातला होता. आपल्या भाषणात तो पुढारी म्हणाला, 'मला तुम्ही फक्त पन्नास लोकमान्य टिळक द्या. मग बघा मी स्वराज्यात सुराज्य निर्माण करून दाखवतो.'

मी : शिवाजी शंभर, टिळक पन्नास, मोठेपणाच्या प्रमाणात आकडे सांगत होते असं वाटतं.

लास्पी : होय ना! ही उतरती भाजणी पंचवीसपर्यंतपण एकदा आणली होती.

मी : पंचवीस आकडा कुणाला मिळाला होता?

लास्पी : कविवर्य भा. रा. तांबे यांच्या जन्मशताब्दी प्रसंगी हेच पुढारी महाशय बोलत होते. तांबेही मोठे होते पण शिवाजी, टिळक यांच्याइतके नाही. म्हणून पंचवीस हा आकडा त्यांनी तांबे यांना बहाल केला. भाषणात पुढारी महाशय म्हणाले, 'मला फक्त पंचवीस तांबे द्या, मग बघा मी काय करतो ते!' या 'काय करतो ते बघा.' असं म्हटल्यामुळे 'न बघण्यासारखं' काहीतरी आपल्याला बघावं लागणार की काय असं वाटून सर्व श्रोत्यांनी आपापला चेहरा कसानुसा केला. श्रोत्यांनी तसा चेहरा करणं स्वाभाविक होतं. २५ तांबे म्हणजे तांब्या शब्दाचं तांबे हे अनेक वचन वाटलं. कल्पनेनं पंचवीस पाण्यानं भरलेले तांबे लाईनीत मांडून ठेवले आहेत. पुढारी एक तांब्या उचलून जातात. पुन्हा दुसरा तांब्या घेऊन जातात; पुन्हा तिसरा तांब्या नेतात; वापरून परत येतात असलं काहीतरी श्रोत्यांना वाटू लागलं होतं. हे पुढारी केव्हा काय करतील ते सांगता येणं कठीण आहे. शिवाय अगोदर, 'मला २५ तांबे द्या आणि मग मी काय करतो ते बघा.' असं मोघम सांगितल्यामुळे श्रोत्यांना तांबे हे आडनाव नसून तांब्या शब्दाचं अनेकवचन असंच एकसारखं वाटू लागलं होतं. त्यामुळे 'तसं' वाटणं साहजिक आहे.

मी : एल. एस. राव (लाऊड स्पीकरराव) तुमच्याकडे भरपूर किस्से आहेत की. पुढाऱ्याचा आणखी एखादा किस्सा सांगा. इंटरेस्टिंग असला पाहिजे.

लास्पी : एक पुढारी लटपटी करून आमदार झाले. लगेच आपल्या मूळच्या खेडेगावाचा विकास करण्याचं काम हाती घेतलं. खेड्याचं नांव होतं हांडगुळ खुर्द. लोकसंख्या ९३० फक्त. ग्रुप ग्रामपंचायतीचं कार्यालय हांडगुळमध्ये होतं. पुढारी कम आमदारांनी हांडगुळमध्ये वीज आणली. पहिला दिवा ग्रामपंचायतीपुढं लावला. पुढारी म्हणाले, 'गावात आज पहिला दिवा लागलाय. यापुढं घराघरातून दिवे लागतील असं आश्वासन मी देतो.' काही दिवसांनी पहिला नळ पंचायत कार्यालयात आला. पुढाऱ्यांनी भाषण ठोकलं, 'आज गावात पहिला नळ आला. यापुढं घराघरातून नळ येतील.' शेजारच्या मतदार संघाच्या आमदारानं त्यांच्या भागात कॉलेज काढलं. उदघाटनाच्या भाषणात पुढारी महोदय म्हणाले, 'आपल्या या मूठभर लोकवस्तीच्या गावात आज हे पहिलं कॉलेज निघालय. आपल्याला अभिमान वाटण्यासारखीच गोष्ट आहे. माझ्या गावकरी मतदार बंधूनो आपल्या या छोट्याशा गावात आज हे पहिलं

कॉलेज निघालं आहे. मी जाहीर आश्वासन देतो की, यापुढं हांडगुळ गावातल्या घराघरातून किमान एक एक तरी कॉलेज निघणारच. आपलं नाव त्यावेळी जगातल्या प्रसिद्ध 'गिन्नी बुका'त छापून येईल. तेव्हा मी गावजेवण देणार.

मी : संगीत क्षेत्रातही तुमच्याशिवाय तानही हालत नाही. (चाल : पानही हालत नाही.) तिकडचा काय अनुभव आहे?

लास्पी : भरपूर अनुभव आहे. ख्याल गायकी सुरू झाली की, एक एक शब्द भुतानं माणसाला घोळवावं तसं घोळवत राहतात. काही केल्या पुढच्या ओळीतपर्यंत सरकतच नाहीत. 'सखी मोरी' हे दोन शब्द अशाच पद्धतीनं घोळवले जातात. सखी मोरी, मोरी सखी, सखी मोरी.... शेवटी एक प्रेक्षक उठून उभा राहिला आणि म्हणाला, 'मघापासून काय मोरी मोरी मोरी लावलंय? तुमची सखी का ठकी, मोरी थोडीच साफ करणार आहे? प्लंबरला बोलावून आणा आणि तुंबली की फुटली ती बघा.'

मी : झकास! संगीत क्षेत्रातल्या माहितीचाही खजिना भरलेला असेल. आणखी काही सुचवा ना!

लास्पी : मस्त किस्सा आहे. भावगीत स्पर्धात प्रथम आलेल्या महिलेचं ते प्रथम आलेलं भावगीत दुसऱ्या एका समारंभात गायलं जात होतं. प्रमुख पाहुणे म्हणून सुप्रसिद्ध विनोदी साहित्यिक (माहितीसाठी टीप : आणखीही चांगले विनोदी साहित्यिक आहेत.) होते. त्यांच्या हस्ते या महिलेचा सत्कार होणार होता. त्या स्पर्धक महिला तरुण, विवाहित, कुलीन आणि सुसंस्कृत होत्या. ते नंबरात आलेलं भावगीत, "तुझ्यामुळे मी झाले आई.' हे होतं. प्रख्यात भावगीत आहे. तेच भावगीत त्या गात होत्या. अचानक त्यांना असं वाटलं की, आपण हे भावगीत थोडसं ख्याल गायकीच्या अंगानं गावं. प्रमुख पाहुणेही खूश होतील. 'सखी मोरी, मोरी सखी, सखी सखी मोरी, मोरी' या ढंगाने संगीत कसरत सुरू झाली. 'तुझ्यामुळे मुळे - मुळे - तुझ्यामुळे - मी - मी - मुळे - मी - मी झाले - झाले - मुळे मी झाले - आई - आई - तुझ्यामुळे मुळे ' वगैरे वगैरे. शास्त्रीय ढंगानंसुद्धा ती महिला फार चांगलं गात होती. पण एका ओळीच्या पुढं वीस मिनिटं झाली तरी सरकेना. 'तुझ्यामुळे मी झाले आई' ही ओळ श्रोत्यांना कितपत आवडली हा अंदाज घेण्यासाठी निरनिराळ्या श्रोत्यांकडे बघत गाऊ लागली. प्रत्येक श्रोता शेजारच्या श्रोत्याकडे संशयी नजरेनं पाहू लागला. कारण 'तुझ्यामुळे मी झाले आई' हे गात ती अनेकांकडे

पाहात होती. मग तिनं एकदा पेटीवाल्याकडे पाहून हीच ओळ म्हटली. पेटीवाला किडमिडीत चमिष्ट होता. तरुण होता. तो कचकचीत लाजला. (किती गोड गोड आरोप! किती गोड गोड कामगिरी!) नंतर तबलजीकडे बघून 'तुझ्यामुळे मी झाले आई' ही ओळ रंगात येऊन म्हटल्याबरोबर तबलजी असा काही सॉलीड खूश झाला की त्यानं तबल्यावर तकडधम धिकतान, तडाड धडाडधम अशी थाप मारली. नंतर आजच्या प्रमुख पाहुण्यांना हे गाणं कितपत आवडलं हे पाहण्यासाठी त्यांच्याकडे बघून प्रसन्न चेहऱ्यानं म्हणाली, 'तुझ्यामुळे मी झाले आई' पाहुण्यांची पंचाईत झाली. ते प्रमुख पाहुणे त्या गावात प्रथमच आले होते. आणि येऊन जेमतेम एक तासच झाला होता. एवढ्या अत्यल्प काळात 'हे' कसं शक्य आहे? पण करणार काय? खाली मान घालून अपराधी नसतानाही अपराध्यासारखे बसले होते. मी हे सगळं बघत होतो.

मी : मस्त किस्सा सांगितलात? लाऊडस्पीकरराव, तुम्ही लाऊडस्पीकर म्हणून जन्माला आल्याबद्दल वाईटही वाटत असेल आणि मजाही वाटत असेल.

लास्पी : दोन्ही बरोबर आहे. कसल्या कसल्या लोकांशी संबंध येतो. लग्नात आणखीच धुमाकूळ असतो. नवीन मंगलाष्टकं रचून ती बेसूर आणि भेसूर आवाजात गायची पद्धत आता पक्की होऊन बसली आहे. त्याचं ध्वनिवर्धन करून पब्लिकच्या कानांना हैराण करण्याची कामगिरी माझ्यावर असते. माझ्याशिवाय हे काम दुसरं कोण करणार? मी लाऊडस्पीकर ना?

मी : लग्नात आणखीही कशाकशासाठी तुमची उपस्थिती आवश्यक असते?

लास्पी : ते काही विचारू नका. मी खेडेगावपर्यंत पोहोचूनही बरीच वर्ष झाली आहेत. तिकडे लग्नाचे आहेर, आहेराच्या रकमा माझ्यापर्यंत मोठ्या स्वरात सांगण्याची चमत्कारिक पद्धत रूढ होऊन बसली आहे. वराच्या किंवा वधूच्या हातामध्ये आहेराच्या पैशाचं पाकीट दिलं की ते पाकीट त्यांचा निकट नातेवाईक हातात उंच धरतो आणि माझ्यामार्फत रकमेच्या कमी जास्त प्रमाणात आवाजामध्ये चढउतार करत सांगतो. काही नमुने सांगतो. एक गोष्ट आधी सांगतो. पाकिटावर देणाऱ्याचं नाव आणि आहेराची रक्कम लिहिलेली बघतो - १०० रुपये काय? ठीक! खूप वरच्या पट्टीत तीन वेळा 'दाजीबा खुरखुरमुंडे १०० रुपये! दाजीबा खुरखुरमुंडे १०० रुपये! दाजीबा खुरखुरमुंडे १०० रुपये!' असं दणदणीतपणे सांगतो.

दुसरं पाकीट रुपये ७५ आवाज थोडा खाली आणि नामोच्चार दोनदा.

'तात्याजी करांगुळे ७५ रुपये! तात्याजी करांगुळे ७५ रुपये!'
तिसरं पाकीट ५० रुपये आवाज पाच डेसिबल खाली, उल्लेख एकदाच.
'बाळकोबा लांबसोंडे ५० रुपये!'
या क्रमानं आवाज खाली खाली येतो. पण मी पाहिजे असतो. १० रुपये, ५ रुपये वगैरे किरकोळ रकमा असतील तर अगदी पडेल आवाजात सांगितलं जातं.
'सखूबाई कोथमिरे १० रुपये!'
'धोंडीबा कडबोळे ५ रुपये!'

मी : हे प्रकरण मजेशीर आहे. नावाची वारंवारता आणि आवाजाचा चढउतार झकास आहे. बरं, लाऊडस्पीकरराव, कामगारांच्या मोठंमोठ्या संघटना असतात. त्यांचा अनुभव कसा काय आहे? ते एक निराळंच क्षेत्र आहे.

लास्पी : बरोबर आहे, त्यांचे पुढारी इतक्या मोठ्यांदा बोलत असतात की, खरं म्हणजे ध्वनिवर्धनासाठी माझी गरजच भासत नाही. तरीही मी पाहिजेच असतो. मी असलो की मोठ्या सभेची चांगली वातावरणनिर्मिती होते. इतर वक्ते आणि कामगार पुढारी वक्ते यांच्यात एक थोडासा फरक आहे. कामगार पुढाऱ्याव्यतिरिक्त अनेक प्रकारचे वक्ते असतात ते. भाषण चालू असताना माईकला साधा स्पर्शसुद्धा करत नाहीत. अंतर ठेवून बोलतात परंतु कामगार पुढारी मात्र आल्या आल्याच मायक्रोफोनचं नरडं बोलण्याकरता मोकळं सोडतात. 'आज कामगार पिळला जात आहे.' पिळला जात आहे हे तीन शब्द तर आतडी पिळवटून म्हणतो. मग भांडवलदार मुर्दाबादचं 'मंगलगीत' होतं. या मंगलाचरणाशिवाय वातावरण तापतच नाही. पुढारी पुढं म्हणतो,'कामगारांचा पगार दुप्पट झाला पाहिजे. महागाई भत्ता तिप्पट झाला पाहिजे. वर्षातून दोन महिने हक्काची रजा, कमीत कमी एक महिना आजारपणाची आणि नंतर विश्रांतीसाठी एक महिना रजा मिळालीच पाहिजे. याशिवाय किरकोळ रजा कमीत कमी एक महिना मिळाली पाहिजे. याशिवाय अमुक मिळालंच पाहिजे. तमुक मिळालंच पाहिजे. कामाचे पैसे रोख मिळावेत. बोनस चालू पगाराच्या पाचपट मिळाला पाहिजे. कामाच्या ठिकाणी जेवण विनामूल्य, नास्ता मोफत आणि चहा फुकट मिळालाच पाहिजे. तूर्त आमच्या या कमीत कमी मागण्या आहेत. मालकांनी समंजसपणा दाखवून सर्व मागण्या ताबडतोब पूर्ण कराव्यात. अन्यथा आम्हाला आमच्या बाजूंचा सामंजस्यपूर्ण समंजसपणा नाईलाजानं बाजूला ठेवून संपावर जावं लागेल. हा संप आकाशात

चंद्रसूर्य असेपर्यंत टिकेल. किंवा कारखाना बंद पडेपर्यंत टिकेल. सूर्यचंद्र की बंद हे त्या वेळच्या परिस्थितीवर आणि मालकांच्या धोरणावर अवलंबून असेल! जय हिंद! जय महाराष्ट्र! आमच्या मागण्या की जय!'

मी : वंडरफुल! काय तडाखेबंद भाषण आहे! आणखी काही किस्से सांगा काव्यदर्शन वगैरे.

लास्पी : कविसंमेलन हा एक अफलातून कार्यक्रम असतो. त्यातले काही कवी फुलांसारखे नाजूक असतात. तर काही कवी पहाडाला धडक देऊन हिमालयाला गदागदा हालवणारे असतात. जेमतेम पंधरा वीस ओळींची कविता पण एका कवीनं संपूर्ण विश्वाला म्हणजे चक्क युनिव्हर्सला हादरून टाकलं. कवितेची पहिली ओळ आपल्या 'होम गॅलॅक्सी' लाच धडक मारणारी होती.

'मला माहीत आहे,
होम गॅलक्सीमध्ये,
१०० लाख बिलीयन
तारे आहेत.
मी मनात आणलं तर
त्या सर्वांना आणलं तर
मीच तूर्त हा बेत
लांबणीवर टाकला आहे.
पण मी कधी तरी
होम गॅलक्सीला खाली खेचणार आहे!'

मी : काहीच्या काहीच पॉवरबाज कविता आहे. बरं कवितांचा आणखी एखादा नमुना सांगा ना.

लास्पी : महिला मंडळानं आपापल्या कविता म्हणण्याचा कार्यक्रम आयोजित केला होता. अध्यक्षस्थानी सुप्रसिद्ध ज्येष्ठ कवी रंगेश पापडगांवकर होते. त्यांच्याबरोबर त्यांचा मित्रही सहज आला होता. कार्यक्रम प्रेक्षणीय होता. श्रवणीय नव्हता. कारण प्रत्येक कविता आपापल्या परीनं अप्रतिम भिकार होती. तरीही कविता सादर करून झाली की, पापडगांवकर जोरानं इंग्लिशमध्ये म्हणायचो, 'ब्युटिफुल' दुसरी कविता झाली की,'नाईस' म्हणाले. तिसरी कविता झाल्यार दिलखुलासपणे म्हणाले, 'एक्सलंट!' याच क्रमानं प्रत्येक कविता संपली की वंडरफुल, फँटॅस्टिक, दि बेस्ट, आऊटस्टँडिंग, ग्रेट स्वीट,

स्पेंलेडिड, सुपिरीअर, सुप्रीम असे भराभर इंग्लिशमधून अभिप्राय देत होते. सर्व महिला एकदम खूश! एवढ्या मोठ्या कवीनं आपल्या कवितेला ब्युटीफूल, दि बेस्ट, सुप्रिम म्हटलं, त्यामुळे प्रत्येक महिलेचा चेहरा अधिकच उजळला. कार्यक्रम संपल्यावर रंगेश पापडगावकर मित्राशी गप्पा मारत बसले होते. मी हळूच ऐकलं, मित्रानं विचारलं, 'सर्व महिला मराठी आहेत. कविता मराठी आहेत, तूही मराठी आहेस. तर मग प्रत्येक कवितेवरचा अभिप्राय मात्र तू इंग्लिशमधून का देत होतास?' तेव्हा पापडगांवकर मिस्किलपणे म्हणाले, 'खोटं बोलायचं असलं की मी इंग्लिशमधून बोलतो!'

मी : फँटॅस्टिक आयडिया आहे. निवडणुका आल्या म्हणजे तुमच्यावर कामाचा फार ताण पडत असेल. रात्रंदिवस पुढाऱ्यांचा सहवास.

लास्पी : ते काही विचारू नका. नको नको त्या गोष्टी मला उच्च स्वरात प्रक्षेपित कराव्या लागतात.

मी : त्यात अभावितपणे काही विनोदही घडत असतील. आठवत असल्यास सांगा.

लास्पी : अशा पुष्कळ घटना आहेत. निवडणुकीची प्रचारसभा चालू होती. एक उमेदवार त्याच्या प्रतिस्पर्धी उमेदवारास उद्देशून अर्वाच्च बोलत होता. लगेच त्याच्या दिशेनं एक मोठा दगड कुणीतरी फेकला. नेम थोडक्यात चुकला आणि तो दगड टेबलावर पडला. तेव्हा तो दगड समोरच्या प्रेक्षकांना हात उंच करून दाखवत असताना तो उमेदवार आपल्या विनोदी शैलीत म्हणाला, 'मी आता माझ्या प्रतिस्पर्ध्याबद्दल बोलत होतो. माझं आणि तुमचं भाग्य मोठं. हे बघा स्वतः उमेदवारच माझं भाषण ऐकायला आला आहे.' असं म्हणून हातातला मोठा दगड सर्वांना दिशा बदलत बदलत दाखवत होता. श्रोत्यांची करमणूक झाली.

आणखी एक किस्सा सांगतो, मग आपली मुलाखत संपवू. एक अ. भा. पुढारी निवडणूक प्रचारसभेत बोलत असताना, लोकांना उद्देशून म्हणाले, 'आमचे मुख्यमंत्री आणि उपमुख्यमंत्री म्हणजे प्रत्यक्ष रामलक्ष्मणाची जोडी आहे. जय आपलाच आहे.' लगेच एक श्रोता उभा राहिला आणि मोठ्या आवाजात म्हणाला, 'रामायणातल्या रामलक्ष्मणाचे वडील एकच होते. तुमच्या रामलक्ष्मणाबद्दल सुद्धा असंच समजायचं काय?' प्रचंड हशा झाला, बरं आहे विनायकराव, मी निघतो ड्यूटीवर! 'आभारी आहे.' मी म्हणालो.

●●●

.७.

सर्वव्यापी

भगवद्गीतेच्या अकराव्या अध्यायात अर्जुनाला विश्वरूपदर्शन घडवताना श्रीकृष्ण म्हणतात.

पश्य मे पार्थ रूपाणि शतशोऽथ सहस्त्रश:
नानाविधानि दिव्यानि नानावर्णाकृतीनि च॥''

श्रीकृष्ण म्हणतात, 'पार्था माझी अनेक प्रकारची, अनेक रंगांची, आकाराची शेकडो काय सहस्त्रावधी अलौकिक रूपं पाहा. हे पाहा बारा आदित्य, आठ वसू, अकरा रूद्र, दोन अश्विनीकुमार, मरूद्गण वगैरे वगैरे असंख्य मीच आहे.'

श्रीकृष्णाच्या कृपेनं मीही अनेक रूपांनी मीच आहे. माझं मीपण सध्याच्या कालातलं आहे. मी सर्वप्रथम मी आहे. हाच मी कधी शिक्षक होतो तर कधी विद्यार्थी होतो. मी कधी सज्जन असतो तर कधी धूर्त असतो. मी एकटाच एकमेव असूनही आयुष्यभर अनेक प्रकारचा कुणी ना कुणी होत असतो. प्रत्येकवेळचा मी निरनिराळ्या भूमिकेत असतो. कित्येकवेळा मी दुटप्पीही असतो. तर कधी कधी महामूर्खही असतो. माझं प्रत्येकवेळचं मी होणं प्रसंगपरत्वे निराळं असतं. तेच आता पाहा :

(लेखातील श्लोक कामचलाऊ संस्कृतमध्ये रचले आहेत. कारण सर्वसामान्य जनांना कळावे. (दुसरे कारण इथं कुणा लेकाला अस्सल संस्कृत श्लोक रचता येतात?) म्हणून हा कामचलाऊ संस्कृतचा पर्याय)

आई - वडिलस्य पुत्रोऽहं नातू आजीआजस्य च ।

काका-काकूस्य पुतण्या, भाचा, मामा मामी च चै ।।

मी आई बाबांच्या संदर्भात मुलगा असतो तर आजा आजींचा मी नातू असतो. काका काकू आले की मी माझं 'नातूपण' टाकून तत्परतेनं पुतण्या होतो. तिकडून मामा मामी आल्यावर मीच पुतणेपण जाऊन लगेच भाचा होतो. मी मी आहे मी नातू आहे. मी पुतण्या आहे. आणि एवढ्यातल्या एवढ्यात मी भाचाही होतो. मूळ मी एकमेव मी असून बघता बघता मुलगा, नातू, पुतण्या, भाचा अशी रूपं धारण करतो.

अन्याश्च नातलगाश्च, बहवाः सान्ति इथे तिथे ।

मेव्हणस्य मेव्हणास्मि, साडू साडुस्य तथा अहम् ।।

अन्य नातलंगासाठी मी आणखी कुणी आहे. मी मेव्हण्याचा मेव्हणा आणि साडूचा साडूही मीच आहे. सर्व नातलंगांचा केंद्रबिंदू मीच आहे. या केंद्रबिंदूतून नाना नातलगांच्या त्रिज्या निघून एक वर्तुळ तयार होतं.

मी आणखीही पुष्कळ मी आहे.

सासू सासरस्य राजामाता, व्याही वधूवरस्य वै ।

पणजा खापरपणजस्य, पणतू खापरपणतू तथा ।।

केवळ नातलग मंडळीतच मी अनेक रूपांनी दिसतो.

पत्न्याः पतिदेवोऽस्मि संततीनां पिता तथा ।

उरल्यासुरल्यानां बाबुरावोऽस्मि वै खलु ।।

मी किती 'मी' रूपानं वावरत असतो याची यादी केली तर लांबलचक होईल. प्रत्येक ठिकाणच्या 'मी' ची भूमिका निराळी असते. तिथलं वागणं निराळं असतं. माझा जन्मदिनांक अमुक, महिना अमुक आणि इ. स. अमुक अमुक या दिवशी झाला. त्यावेळी मी अर्भक होतो. हे माझं पहिलं दर्शन. पुढं काळाचं प्रमोशन मिळून मी शिशू झालो. शिशूपणाच्या काळात मी फक्त दोनच गोष्टी करू शकत होतो. एक म्हणजे 'शी' आणि दुसरा 'शू' यावरूनच या वयाच्या मुलांना 'शिशू' असं म्हणण्याची पद्धत पडली असावी.

यथाकाळ मी शाळेत जाऊ लागलो. त्यावेळी मी विद्यार्थी होतो. गणित चुकणं आणि छड्या खाणं हा रोजचा जोडकार्यक्रम होता. त्या काळात एक ठोंब्या विद्यार्थी या भूमिकेत मी होतो. गणितात शून्य मार्क मिळायचे. शून्यापेक्षा कमी मार्क अस्तित्वात नसल्यामुळे परीक्षकांचा नाईलाज होत असे. त्यामुळे शून्य मार्क हे माझे हक्काचे मार्क असायचे. एक परीक्षकानं मला पाच मार्क दिले होते. चौकशी केल्यावर कळलं की गणितात मार्क शून्यच होते. संपूर्ण पेपर कोराकरकरीत होता. स्वच्छ होता. कसलाही डाग पडला नव्हता. म्हणून परीक्षकानं स्वच्छता आणि

टापटीप यासाठी राखून ठेवण्यात आलेले ५ मार्क मला देण्यात आले होते. गणितात मार्क शून्य हेही 'मी' चं व्यक्तिमत्त्वच होतं.

सगळे मी, मी कालक्रमानुसार सांगणार नाही. जसजसे सुचत जातील तसतसे सांगणार आहे. पादचारी आणि वाहनं यांच्यासाठी रस्ते असतात. रस्त्याच्या दोन्ही बाजूनं नाना प्रकारचे विक्रेते रस्ता अडवून बसलेले असतात. रस्त्यावरची भाजी वगैरे ऑफिसातून येता येता सहज घेता येते. असंख्य लोक असंच करत असतात. मी त्याला अपवाद कसा असणार? रस्त्यानं चालणं मुश्कील असतं. कशीबशी वाट काढत काढत भाजी, फळं, किरकोळ वस्त्रप्रावरणं वगैरे वगैरे गच्च भरलेलं असतं. खरं म्हणजे रस्ता अडवून भाजी विकणे हा भाजी विकणाऱ्यांचा गुन्हा आहे. असं करणं बेकायदेशीर आहे. असं माझं ठाम मत, ज्या दिवशी मी रस्त्यावरच्या विक्रेत्यांकडून भाजी वगैरे घेत नसतो, त्या दिवशीचं असतं. ऑफिसातून घरी जायच्या वेळेस हेच रस्त्यावरील विक्रेते मला देवासारखे वाटतात.

रस्त्यावरील फतकल मारून बसलेल्या अनेक विक्रेत्यांचा मला राग येतो. कारण त्या दिवशी मला रस्त्यावरून काही विकत घ्यायचं नसतं. मी तावातावानं वर्तमानपत्राकडे एक सणसणीत पत्र लिहिलं. त्यात मी रस्ता अडवून बसणाऱ्या भाजीवाले वगैरेंवर जोरदार टीका केली. नगरपालिका, पोलिस यांना हे दिसत नाही का? हप्ते वेळेवर पोहचत असल्यामुळे त्यांना कुणी हालवू शकत नाही. कर भरणाऱ्या जनतेचे हाल होतात. या पत्राचा उपयोग होणार नाही याची मला कल्पना आहे. तरीही एक जागरूक आणि कायदे पाळणारा नागरिक या नात्याने हे पत्र लिहीत आहे.

रस्ते-फतकलग्रस्त

मी ऑफिसात साधा डिसपॅच क्लार्क असतो. तेव्हा फक्त पगार एके पगार अशी आर्थिक स्थिती असते. प्रशासकीय नोकरीत असूनही माझं चारित्र्य प्रदूषणपूर्व गंगाजलाप्रमाणं स्वच्छ असतं. 'परद्रव्य लोष्टवत्' अशा विचारसरणीनं ऑफिसात काम करत असतो. लहानपणापासून माझ्यावर सुसंस्कार झाले आहेत. त्यामुळे तर माझं चारित्र्य धुतलेल्या बासमती तांदळाप्रमाणे स्वच्छ आहे पगाराचे पैसे हे सच्चे पैसे आणि ..... कमाई म्हणजे लुच्चे पैसे असं माझं ठाम मत आहे हे सगळं तत्त्वज्ञान उच्च विचारसरणी कशामुळे माहीत आहे काय? डिसपॅच क्लार्कची खुर्ची सहारा वाळवंटाप्रमाणं रूक्ष असते. एका पैशाचीही प्राप्ती नसते. मग प्रामाणिकपणाचे चकटफू सर्टिफिकेट घ्यायला काय हरकत आहे. इथं मी नाईलाजानं का होईना प्रामाणिक असतो.

माझ्या मुलाच्या लग्नाच्यावेळी नाइलाजानं मी काहीच्या काहीच अगतिक असतो. परिस्थिती, रूढी, परंपरा चालीरीती (आणि स्वार्थ) यामुळे माझी मोठी अडचण होते. रूढी मोडता येत नाही. म्हणून मी मुलीच्या बापाकडून पिळून हुंडा घेतो. फ्रीज, टीव्ही, फर्निचर वगैरे वगैरे बरेच (उरावर बसून) वसूल करतो. मगच चिरंजीवास बोहल्यावर उभा करतो. लग्न संपेपर्यंत आणखी छळतो. मी तरी काय करणार? मुलाचा बाप असल्यामुळे रूढीचा गुलाम होऊन बसलो आहे. वर्षभर दिवाळसण, संक्रांत वगैरे लूटमारही नाईलाजाने करावी लागते. बरं, रूढी मोडायचा पुरोगामीपणा करावा तर इतर वर-पिते मुखकमलात गोमय घालतात. आगरकर वगैरेंना उद्योग नव्हता. डोंबलाच्या सुधारणा करतात.

पुढं काय झालं, दोन वर्षांनी मला आगरकरांच्या सुधारणा पटू लागल्या. मुलाच्या लग्नाच्यावेळी सुनेच्या घरावर आम्ही मंडळींनी अक्षरशः दरोडा घातला होता. आम्ही हे पाप कुठं फेडणार आहोत देव जाणे! हल्ली त्या सर्व कृत्यांचा मला पश्चात्ताप होऊ लागला आहे. माझ्यात वैचारिक परिवर्तन होऊ लागलं. एवढे मोठे आगरकर चुकतील कसे? त्याचंच बरोबर आहे! हे पटू लागलं. सामाजिक सुधारणा झाल्याच पाहिजेत. लग्नाच्यावेळच्या राक्षसी रूढी मोडल्या पाहिजेत.

सूनगृह दरोडा काले, अस्माकं वरपक्ष होता ।
संप्रति मम कन्या, उपवरा-मतपरिवर्तनम् ।।

सुनेच्या घरावर दरोडा घालताना आमचा वरपक्ष होता. आता माझी मुलगी उपवर झाली आहे. सध्या मी मुलीचा बाप असल्यामुळे माझ्यात मतपरिवर्तन झालं आहे. मुलीच्या बापाला लुटणं हे पाशवी प्रकार बंद झालेच पाहिजेत. आगरकरांच्या सामाजिक सुधारणा कृतीत आणल्या गेल्या पाहिजेत. असं माझं ठाम मत आहे. बघा इथला मी निराळा आहे. कारण मी आता मुलीचा बाप आहे. त्यामुळे आगरकरांसारखे समाजसुधारक म्हणतात तेच बरोबर आहे असं माझं ठाम मत झालं आहे आणि माझं हे ठाम मत मी माझ्या दुसऱ्या मुलीच्या लग्नापर्यंत कायम ठेवणार आहे. इति वरपित-वधूपिता मी.

मी एका माध्यमिक विद्यालयाचा मुख्याध्यापक झालो. मागल्या दारानं विद्यार्थ्यांना प्रवेश देण्याचे दर ठरवून टाकले. आठवी पाच हजार रुपये, नववी दहा हजार रुपये, दहावी पंधरा हजार रुपये त्यातले प्रत्येकी पंचवीस टक्के संस्था संचालकांकडे पोहोचते करावे लागतात, हे सगळं करणं क्रमप्राप्त आहे.

शाला सरस्वती-मंदिरं, गतास्ते दिनाः ।
द्रव्यं कमावणस्य, संप्रति राजमार्गः ।।

शाळा म्हणजे सरस्वतीचं पवित्र मंदिर वगैरे मानण्याचे ते जुने दिवस गेले.

आता शाळा, शिक्षणसंस्था काढणं म्हणजे अफाट पैसे मिळवण्याचा राजमार्ग झाला आहे. माझ्यासारखे मुख्याध्यापक शिक्षणसम्राटांचे उजवे हात असतात. मुख्याध्यापक मी असा होतो.

जोडोनिया धन वाममार्गे बहुता
बँकेच्या खात्यात लाखो रुपये ॥

आता आणखी एक मी. माझा मुलगा कॉलेजला जायच्या वयाचा झाला. मेडिकलला जायचं म्हणतो. मार्क कमी. मार्क आणि ॲडमिशन यामध्ये तब्बल वीस लाख रुपयांचं अंतर होतं.

वाममार्गेण संचितं द्रव्यं वाममार्गेण गच्छति: ।
ॲडमिशनार्थे मया दत्तं, वीस लक्ष रुप्यकाणि ॥

वाममार्गाने मिळवलेले पैसे त्याच मार्गानं गेले. मुलाच्या ॲडमिशनसाठी मी वीस लाख रुपये भरले.

जले गतानि वीस-लक्षानि, 'ढ' पुत्रस्य कारणे ।
कंपाउडरापि न भूतो, गृहे मक्षिकामारणम् ॥

'ढ' मुलाच्या पायी माझे वीस लाख रुपये पाण्यात गेले. तो कंपाऊंडरसुद्धा होऊ शकला नाही. सध्या तो घरामध्ये माशा मारत बसला आहे. भरपूर पैसा आणि मूर्ख मुलगा असा संयोग झाला की, हे असं होतं.

माझा नवा अवतार. मागल्या जन्मीचं पुण्य फळाला आलं. मला चक्क शासकीय सेवेत नोकरी लागली. तीसुद्धा वाळवंटी खात्यात नव्हे तर पैशाची बारमाही भरघोस पिकं काढायच्या खात्यात.

छप्पर फाडयित्वा च ददाति भगवान यदा ।
करद्वयेन किती घ्यावेत, मधु हैराण अहं सदा ॥

भगवान जेव्हा छप्पर फाडून धो धो पैसे देऊ लागतो तेव्हा या दोन हातांनी किती घ्यावेत या प्रश्नानं मी गोड हैराण होतो.

सप्त द्वादश उताराणि, लाचं एक सहस्त्रकम् ।
प्रॉपर्टी स्वनामे कर्तुं, अर्ध लाखं कमीत् कमी ॥

साधा सात बारा चा उतारा पाहिजे असल्यास त्यासाठीसुद्धा एक हजार रुपये लाच. असा दर आहे प्रॉपर्टी स्वत:च्या नावावर करायची झाल्यास कमीत कमी अर्धा लाख तरी पाहिजेत.

विविध बँकायां मम, अर्धशतकोटि धनम् ।
सुवर्ण शतार्ध किलो, बागाईत - शत एकरम् ॥

निरनिराळ्या बँकात पन्नास कोटी रुपये पन्नास किलो सोने शंभर एकर

बागाईत जमीन इतकं मी कमावून ठेवलं आहे याशिवाय

पंचमहानगरेच, बंगलं पंचकं मम ।

स्विस बँकेचं द्रव्यं च गुप्तं न वाच्यता ॥

पाच महानगरात पाच बंगले आहेत. याशिवाय स्विस बँकेतले गुप्त धन निराळेच आहे. मी विविध खात्यात चढत गेलो म्हणून हे सर्व होऊ शकलं. माझ्या नंतरच्या पाच पिढ्यांना त्यांनी गरीब व्हायचं ठरवलं तरी अशक्य होईल. इति शासनसेवा तथा कृपा.

यानंतरचा मी निराळाच आहे. हां हां म्हणता मी 'क्लासेस सम्राट' झालो. सोन्याची खाणच सापडली. माझ्या क्लासेसचा प्रचंड पसारा पाहून अन्य क्लासेसवाले चाट पडतात. विद्यापीठांना जोडलेल्या कॉलेजपेक्षा माझ्या क्लासेसची संख्या अधिक आहे.

प्रथमं गर्दी यत्र, तत्रैव धडपडं भवेत ।

अत: मम क्लासेसे, लोंढे विद्यार्थीनां सदा ॥

आधीच जिथं गर्दी अधिक, तिथंच लोक कडमडतात. हे लोकांचं मानसशास्त्र मला माहीत होतं. मी मुद्दाम वर्षभराची फी वीस हजार रुपये ठेवली. अमूक तारखेपूर्वी भरणाऱ्यास तीन हजार रुपयांची घसघशीत सूट. पालकमंडळी सतरा हजार रुपये घेऊन धावत आले आणि रांगेत उभे राहिले.

अंदरस्य बात एतदहि, मूल - फी पंचदशश्च ।

किन्तु वाढयित्वा कमी कृत्वा, जना लागेचि चंगळम् ॥

अंदर की बात ये है की मूळ फी पंधरा हजार रुपयेच आहे. पण वीस हजार जाहीर करून तीमध्ये तीन हजारांची सूट जाहीर केली. सवलत अमुक तारखेपर्यंत असं जाहीर केल्यामुळे प्रत्येक पालकानं स्वत:चा तीन हजार वाचल्याचा आनंद व्यक्त करत मला पंधरा हजार + दोन हजार प्रत्यक्षात दिले.

दहावी रिझल्टे चैव, बोर्डे प्रथम आगत: ।

प्रसिद्धीपूर्व तं गाठयित्वा, बक्षिस लक्ष रुपये ।

अहं 'टिबं टिबं' क्लासेस्य, विद्यार्थी होतो अत: ।

बोर्डे प्रथम: आगत:, श्रेयं क्लासं संचालकं तथा ॥

दहावीचा रिझल्ट लागण्यापूर्वीच बोर्डात पहिला कोण आला याची आतली बातमी काढून त्या विद्यार्थ्याला गाठलं. त्याला गचकन एक लाख रुपये दिले. त्याच्याकडून वदवून घेतलं की 'मी 'टिबं टिबं' क्लासेसचा विद्यार्थी होतो म्हणून मी बोर्डात पहिला येऊ शकलो!' माझ्या क्लासेसचा विद्यार्थी बोर्डात पहिला ही आता वहिवाटच होऊन बसली. अशा प्रकारे मी क्लासेसचा सम्राट झालो.

नंतर मी साहित्यक्षेत्रात शिरकाव केला मी साहित्यिक व्हायचं ठरवलं. सर्वेक्षण केल्यावर असं आढळून आलं की स्वत:चं ओरिजनल असं लेखन कितीही चांगलं असलं तरी ते साहित्य आणि त्याचा लेखक दुय्यम दर्जाचे समजले जातात. आणि इंग्लिश साहित्यावर विशेषत: नाटकांवर डल्ला मारून स्वभाषेत लिहिणारे लेखक प्रथम श्रेणीचे अभिजात प्रतिभावंत वगैरे वगैरे समजले जातात.

स्वबुध्या लेखनं कर्ता, श्रेणी तस्यास्ति द्वितीया ।
डल्लांग्ल-वाङ्मये मारतारं, श्रेणी प्रथमा सदैव च ॥

याचा सरळ गद्यार्थ वर दिलेला आहेच.

प्रथम श्रेणीचा लेखक, नाटककार होण्याची गुरूकिल्लीच मला सापडली. इंग्लंडमधील इंग्लिश लेखकांनी निरनिराळ्या युरोपियन भाषांचा उत्तम अभ्यास करून त्या भाषांतील उत्तमोत्तम नाटकं इंग्लिश भाषेत आधीच अनुवादित करून ठेवली आहेत. पाहा बरे, इंग्लिश लेखक किती परोपकारी आहेत! साता समुद्रापलीकडे असणाऱ्या आणि 'अमृताते पैजा जिंकणाऱ्या' सुमधूर भाषेत बोलणाऱ्या लेखकांची नाटककारांची केवढी मोठी सोय करून ठेवली आहे!

टेबल-ड्रावरे आंग्ल नाटकं, टेबल टॉपे सुरू लेखनम् ।
जॉन जिथे तिथे जनू, लालीबाई लिली तथा ॥

टेबलाच्या ड्रॉवरमध्ये इंग्लिश नाटकाचं एक एक पान (लपवून) उघडं ठेवलं आणि टेबलाच्या पृष्ठभागावर स्वभाषेमध्ये भाषांतर-अनुवाद शेवटी रूपांतर हाणण्याचं काम सुरू. भाषांतर 'अगं माझ्या गोड सफरचंदा, अनुवाद : माझ्या मधुर आम्रफले आणि रूपांतर हे हृदयेश्वरी, प्राणप्रिये (मूळ इंग्लिश-ओ माय स्वीट ॲपल) अशा पद्धतीनं मी नाटकं रूपांतरित करू लागलो. ब्रेकफास्टला ब्रेड बटरऐवजी उप्पीट, शिरा, बटाटेपोहे ठेवू लागलो. सरबत, उसाचा रस, लस्सी वगैरे खाद्य पेयं घालून नाटक अस्सल स्वभाषामोळं केलं. मंगळागौर घालून सांस्कृतिक वातावरण निर्माण केलं. इंग्लिश नाटकावर डल्ला मारून, मुख्य कथावस्तू, बरेचसे संवाद ठेवूनही, हे नाटक डल्ला मारलेलं आहे, असा आरोप करण्याची कुणाची हिंमत होणार नाही. असा बंदोबस्त मी करून टाकला. मी म्हणजे विचारवंत नाटककार, मी म्हणजे लाडका नाटककार, अशी जाहिरात माझ्या एका ग्रोस चमच्यांकडून (बारा डझन : एक ग्रोस) सर्वत्र केली. भोवताली चमच्यांचा गराडा निर्माण केला. ते लाडकेपणाची झकास जाहिरात करतात.

आंग्ल नाटकं, रूपान्तरं, जाहिरातं तथा चमचे ।
चतु:सूत्रं राबवित्वा, प्रसिद्धीवलयं तथा ॥

इंग्लिश नाटकं, स्वभाषेत बेमालूम रूपांतर, भरपूर जाहिरात डझनवारी

चमचे ही चतु:सूत्री राबवून मी स्वत:भोवती प्रसिद्धीवलय निर्माण केलं. सर्वांची फलश्रुती : मी या भाषेतला प्रथम श्रेणीचा थोर साहित्यिक झालो इति प्रथम श्रेणीचा साहित्यिक मी.

त्यानंतरचा

याच चार ओळी पुन्हा-पिंजून पिंजून तासभर सांगून प्रवचन केलं की एअर कंडिशन्ड कार मधून दुसरीकडे रवाना.

मी हिंदीतूनच प्रवचन करण्याचं ठरवलं. माझं नाव बदलून आचार्य प्रज्ञानंद बापू असं धारण केलं. नावात बापू असले पाहिजे. मग नाव थापाराम बापू, बाताराम बापू वगैरेही चालेल. मानेपर्यंत पोहोचलेले केस, दाढी, गळ्यात रुद्राक्षाची माळ, भगवी कफनी वगैरे अध्यात्मिक गणवेश परिधान केला. सर्व बापू वगैरेंचं एक तंत्र असतं. शब्दा शब्दाला थांबत, एकदा डावीकडे बघत, एकदा समोर बघत, एकदा उजवीकडे बघत बोलायचं. बोलणं लवकर पुढं सरकतच नाही. या सर्व गोष्टी आत्मसात केल्या. पहिल्या प्रवचनालाच तीनशे श्रद्धाळू स्त्रिया (माझ्या तोंडून माताजी) आणि दोनशे पेन्शनर उपस्थित होते. मी दाढी कुरवाळत सर्वांवर कृपादृष्टी फिरवली आणि आशीर्वादवजा हात सर्व श्रोत्यांवर हवेत फिरवला प्रवचन सुरू.

''भगवान ('——' 'ही खूण म्हणजे तीन चार सेकंद थांबणं आणि तोंडाची दिशा किंचित बदलणं) श्रीकृष्ण—— कहते है— 'बहुनि—— मे —— व्यतितानि —— जन्मानि —तव——चार्जुन—-' भगवान श्रीकृष्ण—— कहते है—— मेरे जन्म —— बहुत हो गये —— और ——और— तुम्हारे—— जन्म भी —— (एकूण पाच मिनिटं तीस सेकंद इतका वेळ घोळून काढला. मध्येच एक जोक मारला. श्रीकृष्ण अर्जुन को कहते है—— 'बहुनि मे —— व्यतीतानि—— मैने बहोत —— मे महिने देखे है——और तुम —— जन्मानि तव चार्जुन — तुम्हारा जन्म चार जून का है—अबतक एक महिना भी —— तुमने —— देखा नही —— दोनो में—— यह भेद है'' हा अर्धा श्लोक. पुढच्या अर्ध्याला तेवढाच वेळकाढूपणा केला. पब्लिक खूष. आश्रम काढला. ध्यानधारणा समाधी वगैरे नाटकं केली. भरपूर गुरुदक्षिणा मिळाली. नित्य पठणाची छोटी पोथी. गुरूमंत्र, जपमाळ वगैरेसह सुमारे एक हजार भक्त मिळाले. 'मी' चा अवतार उत्तर प्रदेशात संपवून महन्मंगल मायभूमीत येऊन नेहमीप्रमाणे पँट बुश शर्टमध्ये वावरू लागलो. एकंदरीत लक्षात आलं की, अर्थार्जनाच्या दृष्टीने हा व्यवसाय उत्तम आहे. इति आचार्य प्रज्ञानंद बापू - मी.

मी चा एक धडाकेबाज अवतार. मी एकदा एक अफलातून योजना माझ्या तल्लख डोक्यातून काढली.

'सेल'-'फुकट' तथा च जास्त व्याजं महाकर्षणम।

धडपडन्ति जनास्तत्र, ऐषः मानव-स्वभावः ॥

सेल म्हटलं की लोक विशेषतः बायका धावत सुटतात. एखाद्या ठिकाणी मार फुकट मिळतो असं कळलं तर काही फुकटप्रिय माणसं तिथंही कडमडतील आणि चार गुद्दे खाऊन परत येतील. 'जास्त व्याज' हेही एक असंच प्रकरण आहे. त्याचा भरपूर लाभ उठविणारे धूर्त, हुशार माणसं असतात. मी या क्षेत्रात काही तरी भरीव असं करण्याचं ठरवलं. ज्या गावात धनिक माणसं बरीच आहेत तिथं माझं चकाचक ऑफिस थाटलं. 'पैसे गुंतवा आणि प्रचंड व्याज मिळवा' हे माझ्या व्यवसायाचं कार्य. तपशील पुढीलप्रमाणे जाहीर केला.

१) रोख एक लाख रुपये गुंतवा आणि व्याजापोटी दररोज २ लीटर निर्भेळ दूध घरपोच मिळवा.

तुम्ही कितीही काळ पैसे ठेवा. रोज २० रुपये लीटर भावाचं शुद्ध दोन लीटर दूध तुम्हाला द्यायला आम्ही वचनबद्ध आहोत प्रत्यक्ष अनुभव घ्या. दोन लीटर दुधातून एकंदर दरमहा किमान तीन किलो लोणी सहज निघेल. म्हणजे तूप विकत घ्यायलाच नको. फोडणीसाठीसुद्धा साजूक तुप वापरणं परवडेल. साजुक तुपातला बदामाचा शिरा खाणंही शक्य होईल.

या गावातून एकूण दोनशे ग्राहक मला मिळाले. हल्ली एक लाख रुपये म्हणजे पूर्वीच्या शंभर रुपयांसारखे झाले आहेत. सर्वांना सही-शिक्क्यासह छापील पावत्या दिल्या. ज्यांना पैसे परत पाहिजे असतील त्यांनी एक तारखेला लेखी कळवावे आणि तीन तारखेला आपले एक लाख रुपये एकरकमी न्यावेत असं वचनही (आय प्रॉमीस टू पे... वगैरे मजकूर) पावतीवर छापलं होतं.

योजनेची कार्यवाही सुरू झाली. तीन स्कूटरस्वार, सकाळी सहा वाजण्यापूर्वी दोनशे जणांना प्रत्येकी दोन लीटर दूध घरपोच देऊ लागले. भाकरीइतकी जाड साय, दर चार दिवसांनी हा एवढा मोठा लोण्याचा गोळा पाहून दोनशे स्त्रिया खूश. रोज दूध येत होतं. सगळं सुरळीत चाललं होतं, लोकांचा विश्वास तर शुक्ल पक्षातल्या चंद्राप्रमाणे प्रत्येक दिवशी वाढत चालला होता. एक जानेवारीला 'प्रतिपदा' होती आणि एकतीस जानेवारीला 'पौर्णिमा' आली. नेहमीप्रमाणे पॉश ऑफिस उघडं होतं. फक्त एक गोष्ट तिथं नव्हती. ती म्हणजे मी स्वतः! हां हां म्हणता अंतर्धान पावलो, ते पुन्हा कुणाला दिसलोच नाही. तिथंच या 'मी' चा अवतार संपला.

मी कीर्तन करू लागलो. मंडळी तिकडेही गर्दी करू लागली. लोकांना कोणताही मी चालतो. हे मला लक्षात आलं. कीर्तनकार उत्तम असेल तर गर्दी आणि आरतीमध्ये पैसे भरपूर. मी हे तंत्र बरोबर अवगत केलं. मधून मधून विनोद

पेरला की सर्वजण खूश. 'पुष्कळ लोक सांगतात चहा पिणं प्रकृतीला अपायकारक आहे. परंतु श्रीकृष्ण गीतेत सांगतात. 'चहा प्या, 'सर्वस्य चाहं हृदि संनिविष्टो' सर्वस्य म्हणजे सर्वांच्या हृदि म्हणजे हृदयात म्हणजेच पोटात, चाहं म्हणजे चहा तो चहा कसा तर सन्निविष्टो. स्टोव्हवर केलेला चहा. असो, असा चक्क भगवान श्रीकृष्णाचाच आदेश आहे. असले विनोद सांगितले की कीर्तनकार लोकप्रिय होतो.

'जेहत्ते काळाचे ठायी आजच्या निरूपणाचा अभंग तुकाराम महाराजांचा आहे. त्यांचं देवापाशी मागणं मुलखावेगळंच आहे. ते म्हणतात, 'हेचि दान दे गा देवा, तुझा विसर न व्हावा' हे इथवर ठीक आहे. पण पुढं म्हणतात, 'नलगे मुक्ती' मुक्ती मोक्ष नको, कमाल आहे त्यांची. सर्वांना चौऱ्यांऐंशी लक्ष योनींचा फेरा चुकवून मुक्ती मोक्ष पाहिजे असतो. पण तुकाराम महाराज म्हणतात, 'तुका म्हणे गर्भवासी, सुखे घालावे आम्हांसी' इथे कीर्तनकार मी थांबतो.

समारोप : प्रत्येक क्षेत्रात तिथला मी असतो. समाजात असे असंख्य असतात. 'अहं ब्रह्मास्मि-मी ब्रह्म आहे. पासून अहं दरोडेखोरास्मि अहं स्मगलरोस्मि, अहं चोरोस्मि, अहं चारशे वीसोस्मि वगैरे असंख्य मी आहेत. प्रत्येक व्यक्तीगणिक एकेक मी असतो. कुणी मी लबाड असतो. एखादा मी हरामखोर असतो तर दुसरा मी 'विनयखोर' असतो. (बंगला, कार वगैरे सर्व काही असणारे काही जादा विनय दाखवत म्हणतात, 'ही माझ्या गरिबाची पर्णकुटी, ही गरिबाची (इंपोर्टेड) बैलगाडी, (जेवायला आमरस पुरी, पुलाव, साजूक तूप, चटण्या, कोशिंबिरी, लोणचं, पापड, भजी वगैरे अजूनही 'या विदुराच्या कण्या, सुदाम्याचे पोहे, शबरीची बोरं गोड मानून घ्या असला फाजील विनय दाखवणाऱ्यांना विनयखोर म्हणतात) कुणी मी थापाड्या असतो तर कुणी मी एक नंबरचा चाप्टर असतो. अशा प्रत्येक 'मी' नं आत्मकथनं सांगितली तर तीही रंगतदार होतील. तुमच्या माहितीत विविध प्रकारचे मी असतील त्यांचा शोध घ्या.

●●●

.८.

शब्दांचे स्वभाव आणि व्यक्तिमत्त्व

गीतेमध्ये शब्दांचं वर्णन, 'शब्दो नित्य:' असं आहे. आपण मात्र बोललेले शब्द हवेत विरून जातात. (काय म्हणायचं ते लेखी द्या) असंच मानत असतो. प्रत्येक भाषेतला प्रत्येक शब्द माणसानंच निर्माण केला आहे. एक प्रकारे शब्द हीसुद्धा मानवी संततीच आहे. याला आणखी एक आधार म्हणजे शब्दांनाही माणसाचे स्वभाव आणि व्यक्तिमत्त्व वंशपरंपरा लाभलं आहे. माणसांमध्ये सज्जन, पापभीरू, लबाड, गरीब, बेरकी, थापाडे, धूर्त, बलदंड, नेभळट, शूर, बावळट, सहनशील, रागीट, मवाळ अशी नाना प्रकारची माणसं असतात.

शब्दसुद्धा माणसाची संतती शोभेल असेच असतात. शब्दांनाही एकेक स्वभाव असतो. त्यांनाही व्यक्तिमत्त्व असतं. त्यांचं वागणंही माणसांसारखंच असतं. शब्द माणसांचच अनुकरण करत असतात. हे सगळं छुपेपणानं चालू असतं. त्यामुळे शब्द कसे प्रतिमाणूसच आहेत हे सहजासहजी लक्षात येत नाही. डिक्शनरीच्या मेगा हाऊसिंग सोसायटीत राहाणारे गरीब बिचारे, असाच आपला गैरसमज होत असतो. त्यांचा नीट जवळून अभ्यास केला की, त्यांच्या मानवावत्पराचं दर्शन घडतं. प्रत्यक्षच पहा.

आश्वासन - एक नंबरचा लबाड शब्द आहे. आपला जन्म साक्षात 'सत्य' याच्या घराण्यात झाला आहे अशा रूबाबात वावरत असतो. हा शब्द चाळीत, वन रूम किचनमध्ये राहात

नसून, मंत्र्यांच्या आलिशान बंगल्यात राहतो, कोणत्याही समारंभाला, उद्घाटनाला जायचं असलं की मंत्री आश्वासनाला आठवणीनं आपल्या लाल दिव्याच्या गाडीतून घेऊन जातात. मंत्रिमहोदय भाषण करायला उभे राहिले की आश्वासन थेट मंत्रिमहोदयांच्या जिभेवर जाऊन बसतं. त्यामुळे मंत्री, तेथील 'जन्ते'ला काहीही अघळपघळ सांगू शकतात. 'पाण्याचा प्रश्न तातडीनं मार्गी लावतो, विजेचं भारनियमन रात्री चार ते पाच एवढा एकच तास ठेवतो. गावातील सर्व सुशिक्षित पदवीधर बेकारांना शासकीय सेवेमध्ये समाविष्ट करून घेतो. शासकीय आणि बँकेची सर्व कर्जं माफ करतो आणि नवीन कर्ज बिनव्याजी देण्याची तरतूद लगेच करतो या सर्व आश्वासनांची कार्यवाही युद्धपातळीवरून केली जाईल असं (सुपर) आश्वासन मी देतो. (टाळ्यांचा प्रचंड कडकडाट) नंतर धूळ उडवत लाल दिव्याची गाडी निघून जाते. ही नुसती गाडीची धूळ नसून आश्वासनांची धूळफेक करून जनतेला खोटं खूश करून गप्प बसवलं जातं. हे काम 'आश्वासन' हा पॉवरबाज शब्द करत असतो. आश्वासनाच्या स्वभावाची माणसं तुम्हाआम्हालाही अधूनमधून भेटत असतात. आश्वासन म्हणजे सत्याचा मुलामा दिलेल्या थापा.

बघू - बघू हा शब्द आश्वासनाच्या घराण्यातला शब्द आहे. आश्वासन शब्द धीटपणानं जाहीर सभेत वाटेल त्या थापा, खऱ्याच्या ढंगात सांगत असतो. 'बघू' हा शब्द स्वभावानं मवाळ आहे. व्यक्तिमत्त्वही डोळ्यात भरण्यासारखं नाही. एखाद्याचं काम करायचं नाही आणि तसं स्पष्ट सांगायचंही नाही. अशा वेळी गुळगुळीत बोलून, आलेल्या माणसाला 'बघू' असं मधाचं बोट लावून वाटेला लावण्याचं काम 'बघू' झकास करतं. 'बघू' चा तेवढाच काडीचा आधार घेऊन तो बिचारा हेलपाटे घालत राहतो. बघू हा शब्द बिनकण्याचा आहे. समजा, आश्वासन शब्द खूप आजारी पडला. हॉस्पिटलमध्ये थेट आयसीयूमध्ये ऑक्सिजनसहीत ॲडमिट झाला. दीड एक महिन्यानं घरी जायची परवानगी मिळाली. तेव्हा आश्वासनाची प्रकृती काहीच्या काहीच खालावलेली असते. आश्वासन शब्द चक्क मरतुकडा दिसतो. ते जे असं दिसणं म्हणजे 'बघू' हा शब्द.

परंतु - एक नंबरचा अवसानघातकी शब्द आहे. एखाद्या महत्त्वाच्या चांगल्या कामासाठी. देवाच्या पाया पडून निघावं. घराबाहेर पाऊल टाकून मार्गस्थ व्हावं. एवढ्यात एक लगबगीनं आडवं जातं. खलास! पुन्हा घरी परत. 'परंतु' हा शब्द त्याला अशीच मांजरासारखी आडवं जायची वाईट्ट सवय आहे. तुम्ही एका इंटरव्ह्यूसाठी निघालात की, 'परंतु' त्या ठिकाणी आडवं जाणाऱ्या मांजराप्रमाणे कडमडतो.

'कुठं चाललात?' परंतु, विचारतो.
'इंटरव्ह्यूला.' आपण
'परंतु वशिला आहे काय?' परंतु उवाच.
'जागा गुणवत्तेवर भरायची आहे.' आपण
'परंतु ही थाप असते.' परंतु उवाच
'मीच निवडला जाण्याची मला खात्री आहे.' आपण
'परंतु तुमचं जानवं आड आलं तर?' परंतु उवाच
'तसं काही होणार नाही.' आपण

'परंतु इंटरव्ह्यू घेणाऱ्या साहेबाची काळीढुस्स घूस किंवा लठ्ठ असल्यास म्हैस अशी त्यांची मुलगी तुमच्या गळ्यात मारण्याचा डाव कशावरून नसेल?' परंतु उवाच.

'अरे परंतु, तू असा मांजरासारखा आडवा का येतोस?' आपण

'परंतु, साहेबाच्या टेबलाच्या खणामध्ये शंभराच्या नोटांचं बंडल ठेवण्याची तरतूद केली आहेस काय?' परंतु अुवाच.

'तशी आवश्यकता नाही.' आपण.

'परंतु मला अेक सांगा, इंटरव्ह्यूचं नाटक करून स्वत:च्या मेव्हण्याला कामावर घेतलं तर?' परंतु उवाच. पाहिलंत परंतुचा स्वभाव कसा आहे. कोणतंही काम करायला घ्या. 'परंतु' तिथं येणार. अडथळे निर्माण करून परंतुचा स्वभावच तसा आहे. त्याचं व्यक्तिमत्त्व असंच आहे. त्याला आपण तरी काय करणार? नाही का?

खबरदार - जुन्या काळातले भरगच्च मिशा असलेले धिप्पाड शरीराचे फौजदार असायचे. भकाराद्य शिव्या तोंडपाठ! त्यांचा दरारा दांडगा! गुन्हेगार चळाचळा कापायचे. ते नाही जमलं तर थराथरा कापायचे. तेही नाही जमलं तर लटालटा कापायचे. खबरदार या शब्दाचं व्यक्तिमत्त्वही असंच आहे. खबरदारनं नुसतं डोळे वटारून बघितलं तर त्या वटारण्यात दहशत असते. पुढं येशील तर 'उडवी राईराई एवढ्या चिंधड्या!असा दरारा. खबरदार म्हटलं की माणूस जागच्या जागी थबकलाच पाहिजे. सर्वजण खबरदारला टरकून/वचकून/घाबरून/भिऊन/टाळून यांपैकी जमेल ते असतात. खबरदरचा धाकच तसा सॉलीड आहे.

चालायचंच - एकदम मिळमिळीत शब्द. याच्याबाबतीत व्यक्तिमत्त्व हा शब्द वापरणं म्हणजे व्यक्तिमत्त्व शब्दाचा दुरुपयोग होय. चालयंचंच हा बिनचेहऱ्याचा शब्द आहे. याच्या शरीराची ठेवणही मिळमिळीत पिळपिळीत आहे. या शब्दाला

मागच्या बाजूनं पाठीचा कणा नाही आणि पुढच्या बाजूनं निधडी छाती नाही. स्वभावसुद्धा बिलबिलीत आहे. चालायचंच आणि मी यांच्यात झालेल्या संवादाची झलक पाहा.

मी : स्त्रियांच्यावरील बलात्काराचं प्रमाण वाढलं आहे.

चालायचंच : चालायचंच

मी : चोऱ्या, दरोडे यांचं प्रमाण फार वाढलं आहे.

चालायचंच : चालायचंच

मी : भ्रष्टाचारामुळे देशाचं वाटोळं होत आहे.

चालायचंच : चालायचंच

मी : लाच, हप्ते याचं प्रमाण फार वाढलं आहे.

चालायचंच : चालायचंच

फुकट - फुकट हा शब्द स्वत: फुकट असूनही ग्रेट आहे. अमुक ठिकाणी अमुक फुकट मिळते अशी माहिती मिळायचा अवकाश, माणसं धावत सुटतात. फुकट या शब्दाचं लोकांना विलक्षण आकर्षण वाटतं. हल्ली तर अमुक विकत घेतलं की तमुक फुकट. हे फार बोकाळलं आहे. एक किलोवर कात्री मोफत, अमुक एक डझन घेतल्यास स्टेनलेस स्टीलचा चमचा फुकट, पाच ब्लेड बरोबर आणखी एक ब्लेड फुकट. माणसं फुकट म्हटलं की भाळतात. 'अमुक ठिकाणी दररोज सकाळी ८ ते १० फुकटात मनसोक्त मार मिळेल' अशी पाटी लावली की तर काही अफलातून माणसं तिथं सकाळी साडेसातपासून रांग धरून उभी राहतात. उगीच उशीर व्हायला नको.

१० वाजेपर्यंत आपला नंबर नाही लागला तर फुकटात मिळणाऱ्या माराला आपण हकनाक मुकू अशी खंत मनाला लागून राहते. 'फुकट' हा असा 'लोकप्रिय' आहे.

तथापि - तथापि हा शब्द शांत वृत्तीचा आहे. कसल्याही अडचणीत गांगरून जात नाही. उलट शांतपणे विचार मांडू शकतो. अडचणी, संकट यांत अडकल्यामुळे गांगरून गेलेल्यांना दिलासा देण्याचं काम 'तथापि' करतो. शंकरराव तुम्ही एकदम तीन चार आर्थिक अडचणीत आहात याची मला कल्पना आहे. 'तथापि' आपण त्यातूनही काही तरी मार्ग काढू. तथापि याचा स्वभाव अडचणीत असणाऱ्याला दिलासा देणारा आहे.

विनयखोर - हा शब्द एक नंबरचा लुच्चा आहे. एखादा माणूस खूप श्रीमंत आहे.

बंगला, गाडी, बँकेत भरपूर पैसे, मोठा व्यवसाय सर्व काही छान आहे. तरीही खोट्या खोट्या विनयानं स्वत:ला जणू काही दारिद्र्यरेषेखालचा समजून त्या परिस्थितीला साजेसं खोट्या विनयानं बोलतात. नमुना 'ही माझी गरिबाची पर्णकुटी (आलिशान बंगल्याचं 'विनयीकरण'). ही माझी यांत्रिक बैलगाडी (इंपोर्टेड कारचं नम्रीकरण). या गरीबा घरच्या विदुराच्या कण्या, शबरीची बोरं आणि सुदाम्याचे पोहे गोड मानून घ्या (पंचपक्वान्नाचा घमघमाट पसरलेलं शाही थाटाचं जेवण). असला तद्दन खोटा विनय दाखवण्याचं काही नडलं काय? हा फाजील विनय आहे. असल्या खोटा विनय अतिप्रमाणात व्यक्त करणाऱ्या माणसाला चक्क 'विनयखोर' म्हणावं (चाल, हरामखोर, चहाडखोर, बंडखोर).

प्रभृती आणि वगैरे - या दोन शब्दांकडे लांब जाणारी यादी थोपवण्याची कामगिरी आहे. त्यातही कामांची विभागणी आहे. प्रभृतीकडे माणसांना थोपवण्याचं काम आहे आणि 'वगैरे' बाकीच्या अनेक अन्य गोष्टी थोपवून ठेवतो. या समारंभास आ. अत्रे, फडके, खांडेकर वा. म. जोशी, चिं. वि. जोशी, श्री. म. माटे... यादी लांबू लागली. हे प्रभृती या शब्दानं पाहिलं लगेच प्रभृती पुढं आला पुढचं नाव वि. आ. असं अर्धवट उच्चारत असतानाच प्रभृतीनं ते नाव अर्धवटच थोपवून धरलं. प्रभृत्तीनं 'स्टॉप' म्हटलं की कुणालाही पुढं येता येत नाही. 'वगैरे' कडे मानवेतरांना थोपवण्याचं काम आहे. 'मोठ्या बॅगेत कपडे, पुस्तकं, दाढीचं साहित्य, साबण, कामाचे कागद, नॅपकिन, हातरुमाल, प्रभृती म्हणून चालत नाही. कारण या थोपवणुकीवर 'वगैरे वगैरे' ची नेमणुक फार पूर्वीपासून झाली आहे. इथे 'प्रभृती' ला पाठवणं म्हणजे त्याच्या व्यक्तिमत्त्वाचं अवमूल्यन आहे.

शपथ - शपथ हा शब्द फसवा आहे. शपथ म्हटलं की, भाबड्या माणसाचा विश्वास बसतो. आपल्या देशाचा वकील म्हणून परदेशात पाठवलेल्या व्यक्तीस 'राजदूत' असं म्हणतात. राजदूताची व्याख्या अशी आहे 'आपल्या देशाच्या वतीनं परदेशात प्रामाणिकपणे खोटं बोलणारा माणूस.' प्रामाणिकपणे खोटं हा वदतोव्याघात 'शपथ' या शब्दालाही लागू पडतो. नुसतं सत्यपेक्षा शपथपूर्वक सत्य हे अधिक अधिकृत धरलं जातं. परंतु प्रत्यक्षात तसं नसतं. 'मी या धार्मिक ग्रंथावर हात ठेवून जे काही खरं आहे ते शपथपूर्वक खरं सांगतो.' असं एकदा म्हटलं की, वकिलानं शिकवल्याप्रमाणे चातुर्यपूर्ण खोटं बोलण्याचं जणू लायसन्सच मिळतं. शपथ म्हणजे प्रामाणिकपणे खोटं बोलण्याची परवानगी असाच अर्थ त्यातून निघतो.

शप्पत - 'शपथ' चा हा हिणकस प्रकार आहे. 'शपथ' जर चोवीस कॅरेटचं सोनं मानलं तर 'शप्पत' चौदा कॅरेटचं हिणकस सोनं मानलं जातं. शप्पतसुद्धा लबाड आहे. शपथला, धार्मिक ग्रंथावर हात ठेवून ईश्वरसाक्ष वगैरे वगैरे म्हणावं लागतं. परंतु शप्पत सुटसुटीत असते स्वत:च्या गळ्याला हलकासा चिमटा काढून बोललं की बस्स! 'शप्पत' पूर्वक बोलणं खरं वाटावं यासाठी, गळ्याला हलकासा चिमटा काढताना नुसतं शप्पत न म्हणता 'आईच्या शप्पत' म्हटलं की, खोटं बोलण्यावर 'खरं' ची दोन पुटं चढतात.

पासून - पासून (फ्रॉम) हे व्याकरणात अव्यय आहे. कसलाही व्यय नाही ते अव्यय. खरं म्हणजे अव्ययानं एका जागी फतकल मारून बसावं परंतु 'पासून' चा स्वभाव भटकंती करण्याचा आहे. पासूनला प्रवासाची आवड आहे. मुंबईपासून ..., अथपासून..., लहानी ..., पासूनचा अविरत प्रवास चालू असतो. 'पासून' नं प्रवास हेतूपूर्वक, योजनाबद्ध केला असता तर तो प्रवास सार्थकी लागला असता. पण तसं होत नाही. कारण 'पासून' ला एकाजागी न बसण्याचा शाप आहे. पासूनच्या पायांना परमेश्वरानंच चाकं बसवली आहेत. त्याला आपण तरी काय करणार? नाही का? प्रवास हाच पासूनचा स्वभाव आणि हेच त्याचं व्यक्तिमत्त्व.

पर्यंत - कोणतीही चालू गोष्ट थांबवणं हे काम पर्यंत हा शब्द करतो. 'पासून' ला पायांना चाकं लावून जमिनीवरून, पुस्तकातून, काळातून प्रवास करण्याचा स्वभाव, परमेश्वरानंच देऊन ठेवला होता. पण पुढं परमेश्वराला आपली चूक लक्षात आल्यावर त्यानं 'पर्यन्त' हा 'पासून' च्या त्या क्षणाच्या मुक्कामापाशी पाठवलं. 'पासून' आणखी पुढं जाऊच शकला नाही. कारण 'पर्यन्त' हा शब्द त्याच्या वाटेवर उभा राहिला म्हणाला, 'इस्टॉप! तुझा प्रवास इथवरच!' पासूनचा नाईलाज झाला. कारण 'पासून'ची 'पर्यन्त' पुढं कसलीही मात्रा चालत नाही. पर्यन्तपाशीच थांबावं लागतं.

शेजारी - शेजारी हा शब्द वाटतो तेवढा वरवरचा साधासुधा नाही. परमेश्वराच्या खालोखाल जर कोण अनादी असेल तर तो शेजारीच होय. आद्य शेजारी पृथ्वीवर कधी जन्मला हे सांगता येणे हे, परमेश्वर इसवी सनापूर्वी कितव्या वर्षी जन्मला हे सांगण्याइतकंच कठीण आहे. तुम्ही झोपडीत असला तर तिथं तुमच्या आधीपासूनच शेजारी तयार असतात. शेजाऱ्याची कटकट नको म्हणून झोपडीतून चाळीमध्ये राहायला गेलात तर डाव्या बाजूच्या 'डबल रूममध्ये श्रीयुत मरकुटकर आणि उजवीकडच्या डबल रूमध्ये श्रीयुत बेवडे पाटील आपल्या आधीपासूनच राहात

असतात. वैतागून अरण्यात गुहेत राहायला गेलात तर तिथंही डाव्या बाजूच्या गुहेत वाघ आधीपासून राहात असतो तर उजव्या बाजूच्या गुहेत सिंहाचा शेजार असतो. कुठंही जा आपल्या आधीपासून शेजारी तिथं असतो. जन्म देणारे आईबापही आयुष्यभर पुरत नाहीत. परंतु शेजारी मात्र अक्षरशः पुरून (आणि तिथं 'पुरून' सुद्धा) उरतात. असं असूनही शेजाऱ्यावर प्रेम करावं लागतं.

शत्रू - साधा माणूस जन्माला घातला की परमेश्वर लगेच हातासरशी एक शत्रूही जन्माला घालतो. परमेश्वर असं का करतो हे त्याचं त्यालाच माहीत. शत्रू हा शब्द भांडखोर आहे. हाच शत्रूचा स्वभाव आणि हेच त्याचं व्यक्तिमत्त्व. शत्रूच्या तावडीतून कुणीही सुटला नाही. रामाचा रावण शत्रू होता. कृष्णाचा शत्रू कंस होता. शत्रूचं उपद्रव्यमूल्य (न्यूसन्स व्हॅल्यू) फार असतं. त्यामुळे कधी कधी अनिच्छेनं शत्रूवरही प्रेम करावं लागतं. नाईलाज आहे. त्यातच एका श्रेष्ठ विभूतीनं असा आदेश देऊन ठेवला आहे की, 'लव्ह दाय नेबर, लव्ह दाय एनिमी.' 'तुम्ही तुमच्या शेजाऱ्यावर प्रेम करा, तुम्ही तुमच्या शत्रूवर प्रेम करा' वरकरणी शेजारी आणि शत्रू जरी भिन्न वाटत असले तरी दोन्ही शब्दांची अदलाबदल केली तरी चालेल. कारण दोघांचंही व्यक्तिमत्त्व परस्परपूरकच आहे.)

सबब - सबबीचा स्वभाव पहिल्यापासूनच खोटारडा आहे पण अट्टाहास असा की, आपण सांगतो ते सगळं अगदी खरं खरं आहे. 'कारण' हा शब्द तिचाच सख्खा भाऊ. कारणला खरं बोलण्याची सवय आहे. त्याचा तो स्वभावच आहे. त्यामुळे कारणनं सांगितलेलं ऐकणाऱ्या पटतं. परंतु सबबही असं काही तरी सांगायला जाते परंतु ऐकणाऱ्याला सबबीचं सांगणं पटत नाही. यावरून म्हणजे सबब आणि कारण यांच्या स्वभावावरून असा निष्कर्ष काढता येईल की, जे सांगितलेलं ऐकणाऱ्याला पटतं त्याला 'कारण' म्हणतात आणि जे सांगितलेलं ऐकणाऱ्याला पटत नाही त्याला 'सबब' म्हणतात. सबब नेहमी 'कारण' च्या रुबाबात बोलते पण शेवटी सबबीला कारणत्व कधीच मिळत नाही. असं असलं तरी जगात सबबचं छान चाललं आहे. एक महत्त्वाची गोष्ट सांगायची म्हणजे सबब जन्मजात लंगडी आहे. लंगडी असूनही जगात सगळीकडे सबब जास्त चालते.

शाप - शाप हा शब्द भडक डोक्याचा आहे. मागचा पुढचा विचार करणं, थोडासा तरी शांतपणा धारण करणं हे शापाच्या रक्तातच नाही. पुराण काळात तर शापानं शतकानुशतकं धुडगूस घातला होता. बारीकसं कारणसुद्धा शहानिशा न करता पुरेसं

असतं. शापानं पुराणात भल्याभल्यांना वैताग आणला होता. शांतपणे विचार केला असता तर अहल्येची काही चूक नव्हती हे गौतमाला कळलं असतं. पण शाप घाईघाईनं गौतमाच्या जिभेवर जाऊन बसला. गौतमानं अहल्येला 'तू दगड होऊन पडशील' असं म्हटलं हे वाक्य शापानंच गौतमाच्या जिभेवर बसून उच्चारलं होतं. श्रावण बाळाच्या पित्यानं दशरथाला, 'तूही पुत्रशोकानं मरशील' असा शाप दिला होता. दुर्वास ऋषीनं शंकुतलेला शाप दिला होता. जमदग्नीनं आपल्या पत्नीला शाप दिला होता. भडक डोक्याचा शाप या मंडळीच्या जिभेवर बसून आपलं काम करत असे. यावर काही तरी उपाय केला पाहिजे. या विचारातून शांत डोक्याचा 'अनुशाप' हा शब्द निर्माण झाला. क्षु:शापानं सर्व शापितांना शापातून मुक्त केलं. उ:शाप हा खरोखरच साधुसंत होता. पुढं शापाचेही दिवस फिरले. पुराणकाळातल्या त्याच्या दादागिरीला कलियुगात कुत्रंसुद्धा घाबरत नाही. 'तुझं वाट्टोळं वाट्टोळं होईल' असं कानांपाशी बोटं मोडून कितीही जोरदार शाप दिला तरी त्या 'वाट्टोलीय' माणसाच्या केसावरही त्या शापाचा परिणाम होत नाही. शापाचा प्रभाव पुराणकाळातच होता. त्या काळात मात्र शापानं निर्दयपणे चांगल्या चांगल्यांना भयंकर छळलं. शापाच्या असल्या वागण्याला लगाम म्हणून उ:शाप निर्माण झाला म्हणून बरं झालं.

जल्लोष - जल्लोष या शब्दाचा स्वभाव विचित्र आहे. मुख्य म्हणजे जल्लोषला प्रचंड आवाज प्रिय आहे. लाऊडस्पीकर, ढोल, बँड की टोंगो, ताशा, वाजंत्री आणि सर्वात कडी म्हणजे माणसांचं ओरडणं. जेवढे म्हणून मोठमोठे आवाज असतात ते जल्लोषला आवडतात. दिवाळी आली जल्लोष खूष. दोन दोन हजार फटाक्यांची माळ, कानांना भेदून जाणारे ॲटमबाँबचे आवाज सुरू झाले की जल्लोषला वाटते, दिवाळी हा सण माणसांचा नसून आपलाच आहे. जल्लोषला ध्वनिप्रदूषणाचा त्रास अजिबात होत नाही. जल्लोषचे दोन्ही कान, हायली टेंपर्ड स्टीलचे बनवले आहेत की काय असं वाटू लागतं. सामुदायिक आरती सुरू झाली की जल्लोष तिथंही कडमडतो. जल्लोष तसा भगवद्भक्त- धार्मिक मनोवृत्तीचा नाही, तरीही महाआरतीला उपस्थित राहून हुकमी ध्वनिप्रदूषण करतो. कसलेही आनंदाचे कार्यक्रम, समारंभ असोत, निमंत्रण नसलं तरी जल्लोष आगन्तुकपणे तिथं जाऊन तिथलं शांत वातावरण बिघडवून टाकतो. जल्लोषचा संचार जगभर आहे. त्याला प्रत्येक देशातले समारंभ, सणवार माहीत आहेत. दिवस आणि वेळ न चुकवता उपस्थित राहतो.

सल्ला - सल्ला या शब्दामागं कंसात 'चकट फू' हा शब्द गुप्तपणे असतो. हा गुप्त

शब्दच 'सल्ला' ला सगळीकडे फिरवत असतो. स्वत: होऊन कुठं कुठं जायचं आणि मी सांगतो तसं करा म्हणजे तुमचा फायदा होईल. असा फुकटचा उपदेश करत असतो. 'उपदेश' सुद्धा 'सल्ला' चाच थोरला भाऊ आहे. तोही गंभीरपणे काहीबाही सांगत असतो. सल्ला ज्याच्या मुखातून येतो त्या माणसाला सल्लागार असं म्हणतात. शब्द मोठा अर्थवाही आहे. सल्लागार म्हणजे ज्याचा सल्ला ऐकल्यावर ऐकणारा गार पडतो. त्याला सल्लागार म्हणतात. 'सल्ला' या शब्दाला अतिंद्रिय ज्ञान असावं असं वाटतं. कुणाला निवृत्त झाल्यावर प्रॉव्हिडंट फंड मिळाला हे सल्लाला लगेच कळतं. तो तिथं जातो आणि सांगतो, 'भाऊसाहेब तुम्ही कुणाचंही ऐकू नका. सरळ राष्ट्रीयकृत बँकेत फिक्स्ड डिपॉझिटमध्ये ठेवा.' दुसरा सल्ला येतो आणि म्हणतो, 'मराठी माणसं उद्योगधंद्यात मागं आहे. तुम्ही तुमच्या प्रॉव्हिडंट फंडातून दुकान काढा.' तिसरा सल्ला टपकतो आणि म्हणतो, 'भाऊसाहेब माझं ऐका फंडाच्या पैशातून ट्रक घ्या आणि दररोज २०० रुपये भाड्यानं द्या. घरबसल्या दरमहा सहा हजार! शिवाय ट्रक.'

प्रसिद्धिपराङ्मुख - हा शब्द लेकाचा लबाड आहे. 'प्रसिद्धी' हा शब्द याचा वैरी आहे. त्याला नावाप्रमाणेच भरपूर मिळते ही प्रसिद्धिपराङ्मुख शब्दाची पोटदुखी आहे. आपली पोटदुखी नाहीशी झाली पाहिजे असं त्याला वाटणं साहजिकच आहे. त्यानं गावातल्या श्रीमंत माणसाला गाठलं. त्याचा अमृतमहोत्सव समारंभ घडवला, भाडोत्री वक्ते आणले. एवढं सर्व झाल्यावर भाषणं सुरू झाली. पहिला वक्ता 'काका साहेब प्रसिद्धिपराङ्मुख आहेत. नाही तर ते एव्हाना कुठल्या कुठं गेले असते.' दुसरा वक्ता 'काकासाहेब खरं म्हणजे काकासाहेबांची योग्यता मंत्री होण्याची पण त्यांची प्रसिद्धिपराङ्मुखता नडली.' तिसरा वक्ता म्हणाला, 'केवळ प्रसिद्धिपराङ्मुखतेमुळे काकासाहेब अजून इथंच आहेत. खरं म्हणजे राज्याचे मुख्यमंत्री होण्याची त्यांची योग्यता. परंतु केवळ प्रसिद्धिपराङ्मुखतेमुळे ते अजून इथं आहेत.' चौथा म्हणाला, 'काकासाहेबांची योग्यता महाराष्ट्राचे मुख्यमंत्री नव्हे तर हिंदुस्थानचे पंतप्रधान होण्याची आहे. परंतु त्यांची प्रसिद्धिपराङ्मुखता आड आली. केवळ प्रसिद्धिपराङ्मुखतेमुळे काकासाहेब राष्ट्रपती होऊ शकले नाहीत.' असे एक डझन भाडोत्री वक्ते बोलले. श्रोते वैतागले. एक श्रोता उठून म्हणाला, 'काकासाहेबांच्या प्रसिद्धिपराङ्मुखतेची एवढी जाहिरात होत आहे की, काकासाहेब रीतसर प्रसिद्धिलोलुप, प्रसिद्धी पद्धतशीर मॅनेज करणारे असते तर ते परवडलं असतं. प्रसिद्धिपराङ्मुख या शब्दालाच प्रसिद्धीची फार हाव आहे.'

करणे - कर किंवा करणे हा मूळ धातू आहे. त्यावरून करतो, केले, करीन वगैरे क्रियापदं तयार होतात. 'करणे' ला जिकडे तिकडे एकसारखं पुढं पुढं करण्याची वाईट सवय आहे. आता तो त्याचा स्वभावच होऊन बसला आहे. काम करणे, दाढी करणे, प्रेम करणे, प्रार्थना करणे, हजामत करणे, जेवण करणे, अभ्यास करणे, मनोरंजन करणे, चोरी करणे, खून करणे, बलात्कार करणे, तपास करणे, शिक्षा करणे, हत्या करणे, पूजा करणे अशी आणखी किती तरी उदाहरणं देता येतील. सर्वांची कामं 'कर' हा धातू करतो. आणखीही खूप कामं 'करणे' नं स्वत:वर लादून घेतली आहेत. ढोर मेहनतच नाही तर काय? इंग्लिशमधलं 'डू' किंवा 'मेक' धातू नस्ती कामं स्वत:वर लादून घेत नाहीत. शेव्ह धातू, दाढी करतो, लव्ह धातू प्रेम करतो, स्टील चोरी करतो, मर्डर खून करतो, रेप बलात्कार करतो, वर्शिप पूजा करतो. कुठंही 'डू' किंवा 'मेक' धातूची मदत नाही. इंग्लिश धातूंचा स्वभाव नस्ती खेकटी अंगाला लावून घेण्याचा नाही. हा स्वभाव मराठी 'करणे' च्या विरुद्ध आहे.

देणे - 'करणे' चाच भाऊ. उसने देणे, मार देणे, पापी देणे, फाशी देणे, शिक्षा देणे, कर्ज देणे, मान देणे, समज देणे वगैरे. डिट्टो करणे चा प्रतिस्वभाव. इतक्या गोष्टी देत बसण्याचं 'देणे' चं काही नडलं होतं का? इंग्लिश मधल्या 'गिव्ह' नं असलं लचांड मागं लावून घेतलं नाही. लेंड, बीट, किस, हँग, पनिश, ऑनर, वॉर्न यांना गिव्ह अजिबात मदत करत नाही. हे सर्व धातू स्वत:च्या पायावर उभे आहे.

शब्द, धातू यांच्याप्रमाणेच काही काही वाक्प्रचारांचे स्वभाही जाता जाता बघण्यासारखे आहे. हिंसक वृत्तीचे वाक्प्रचार आहेत.

पेकाट / कंबर मोडणे - उघड उघड हिंसक वाक्प्रचार आहे.

पाठीत खंजीर खुपसणे - विश्वासातल्या माणसानंच गद्दारी करून, विश्वासघात केला की, हा वाक्प्रचार येतो आणि पाठीत खंजीर खुपसतो. पुढच्या बाजूनं येऊन पोटात खंजीर खुपसत नाही. राजकारणात असले पाठीत खंजीर खुपसणं नेहमी चालू असतं. तसं केलं तरच सत्तोन्नती होते.

थोबाड फोडणे - हाही हिंसक वाक्प्रचार आहे. एखादा आगाऊ पुढारी वाह्यातपणे बडबडू लागला की, पक्षश्रेष्ठी जाहीरपणे त्याला समज देऊन त्याचं थोबाड फोडतात

एवढंच नव्हे तर त्याचेच दात त्याच्याच घशात घालण्याचं कामही त्याचवेळी उरकून घेतात.

नरडीचा घोट घेणं - भयंकर प्रकार आहे. कोथळा बाहेर काढणे, मान मुरगळणे, हात कलम करणे, दात पाडणे हे सर्व वाक्प्रचार शरीराची मोडतोड करणारे आहेत. या वाक्प्रचारांचंही रूपकात रूपान्तर केलं जातं. आहे या कायद्याच्या कलमात बदल केले तर हात कलम केले जातील. याद रखो. कालच्या भाषणावर कडाडून हल्ला करून विरोधी पक्षाच्या पुढाऱ्यानं कालच्या पुढाऱ्याचे दात त्याच्याच घशात घातले.

असले हिंसक स्वभावाचे आणखीही भयंकर वाक्प्रचार आहेत. तंगडी तोडणे, मुंडी मुरगाळणे, हाडं खिळखिळी करणे, शुक्राचार्य करणे, (एकडोळा फोडणं) तैमूरलंग करणे (एक पाय तोडणे) जिता गाडणे, असले किती तरी गुंड प्रवृत्तीचे हिंसक वाक्प्रचारही भाषेत रूढ आहेत. हे भाषेमधले गुंडच आहे. स्वभाव, व्यक्तिमत्त्व गुंडांचंच आहे. यावरून माणसांचे स्वभाव, व्यक्तिमत्त्व शब्दांनी कसे आत्मसात केले हे दिसून येईल.

●●●

.९.

दैनिक ललितवृत्त

हल्लीची वर्तमानपत्रं विचित्र विचित्र बातम्यांनीच भरलेली असतात. प्रत्येक बातमीची भाषासुद्धा बातमीला साजेशीच बटबटीत रूक्ष, रटाळ असते. असं श्रीमंत दादासाहेब देवगावकर यांचं म्हणणं आहे. दादासाहेबांना स्वत: साहित्याची आवड आहे. श्रीमंत असूनही त्यांचं वाचन भरपूर आहे. संस्कृत साहित्याचाही त्यांचा अभ्यास आहे. या पार्श्वभूमीवर दादासाहेबांना नेहमी वाटायचं की, आपण एक आगळंवेगळं वर्तमानपत्र काढावं. त्या वर्तमानपत्रातील प्रत्येक बातमी काव्यात्म असावी, बातमीला अनुसरून तदनुषंगिक वर्णन सुरम्य अशा भाषेत करावं. त्यामुळे प्रत्येक बातमी वाचताना जणू काही आपण एक सुंदर, मनोज्ञ काव्यच वाचतो की काय असं वाचकांना वाटलं पाहिजे. असं वृत्तपत्र दुसरा कुणी काढणार नाही. म्हणून आपणच ते काढावं असं दादासाहेब देवगावकर यांना वाटलं. नुसतं वाटलंच असं नाही तर त्यांनी या कल्पनेला चालनाही दिली.

या अभिनव वर्तमानपत्रासाठी जी संपादक मंडळी नियुक्त करायची ती मराठी किंवा संस्कृत घेऊन एम. ए. झालेली घ्यायची असं त्यांनी ठरवलं. काव्य आणि ललितरम्य भाषाशैली हा महत्त्वाचा निकष लावूनच संपादकीय विभागातल्या नेमणुका करण्याचं त्यांनी ठरवलं. कार्यालयीन वार्ताहरसुद्धा वरीलप्रमाणेच पण बी. ए. चालतील असं दादासाहेबांना वाटलं. वार्तांनुसार वातावरणनिर्मिती करून मग मुख्य बातमी लिहिता आली पाहिजे. मग बातमी वाचताना वाचकांना असा गोड संभ्रम निर्माण होईल

की, आपण आता बातमी वाचत नसून कालिदासाचं रघुवंश किंवा कुमारसंभव वाचत आहोत किंवा फडक्यांच्या प्रणयप्रचुर कादंबरीतलं एखादं पान वाचत आहोत किंवा खांडेकरांची सुभाषितयुक्त कोट्याप्रचुर कथा वाचत आहोत. अशा ललितरम्य बातम्या जर दररोज वर्तमानपत्रातून प्रसिद्ध होऊ लागल्या तर वाचकांमध्ये वार्तावाचनाबरोबरच साहित्याविषयी आवडही निर्माण होईल. हल्ली साहित्याविषयी जी अनास्था दिसते, एक प्रकारची मरगळ आलेली दिसते ती दूर होऊन मराठी साहित्यालाही बरे दिवस येतील, असं दादासाहेब देवगावकर यांना वाटत होतं.

दादासाहेबांनी आपल्याला काय वाटतं ते कृतीत आणायला सुरुवातही केली. सर्वात प्रथम या संकल्पित दैनिकाचं नाव काय ठेवायचं? यावर त्यांनी विचार केला. नाव समर्पक असलं पाहिजे, त्या नावावरूनच आपल्या वृत्तपत्राचं स्वरूप कळलं पाहिजे आणि ते सुटसुटीत असलं पाहिजे. इतका विचार करूनच नाव ठरवायचं होतं. दैनिक 'जगदवार्ताविलास' किंवा 'दैनिक वैश्विक घटना दर्शन' किंवा 'दैनिक वसुंधरा वृत्तमंथन' अशी क्लिष्ट नावं ठेवली तर लोकच आपल्याला नावं ठेवतील असं दादासाहेबांना वाटलं म्हणून या सर्व गोष्टींचा विचार करून दादासाहेबांनी आपल्या दैनिकाचं नाव 'दैनिक ललितवृत्त' असं ठेवण्याचं निश्चित केलं. त्याप्रमाणे त्यासाठी लागणारी परवानगी मिळवली. नंतर मुख्य संपादक आणि अन्य संपादक, वार्ताहर यांच्या नेमणुका केल्या. या सर्वांना ललितरम्य पद्धतीने बातम्या लिहिता येतील काय हे पाहण्यासाठी त्यांची लेखी परीक्षाही घेण्यात आली. एक बलात्काराची बातमी, एक हत्येची बातमी, (निर्घृण या पेटंट विशेषणासह) एक कोटी भ्रष्टाचाराची बातमी त्यांना देण्यात आली. या बातम्या आपल्या नेहमीच्या वर्तमानपत्रात प्रसिद्ध झालेल्या होत्या. याच बातम्यांचं ललितरम्य पुनर्लेखन करणं हे या चाचणीचं स्वरूप होतं. या चाचणीत जे उत्तीर्ण झाले त्यांच्या नेमणुका झाल्या. आता आणखी लांबण लावत नाही. नवीन वर्तमानपत्राची पार्श्वभूमी नीट समजावी म्हणून हे प्रास्ताविक केलं होतं.

दैनिक 'ललितवृत्ता'त प्रसिद्ध व्हायच्या बातम्यांची मूळ संहिता, अन्य वर्तमानपत्रांप्रमाणेच असे. कारण टेलिप्रिंटर व फोनवर, फॅक्सवर, तारेनं, टपालानं अशा विविध माध्यमातून येणाऱ्या बातम्या पारंपरिक पद्धतीच्याच असतात. दैनिक 'ललितवृत्त' मध्ये प्रसिद्धीपूर्व येणाऱ्या बातम्या प्रचलित अंगानं (आणि ढंगानंसुद्धा) लिहिलेल्या असत. या सर्व बातम्यांचं ललितीकरण हे महत्त्वाचं काम संपादकीय विभागाला करावं लागे. टेलिप्रिंटरवर येणाऱ्या इंग्लिश बातम्यांचं मराठी भाषांतर भराभर केलं जातं. त्याचप्रमाणे टेलिप्रिंटरद्वारा किंवा अन्य माध्यमाद्वारा येणाऱ्या बातम्यांचं ललितीकरण वृत्त विभागातल्या संपादकांना करावं लागे. वर्तमानपत्राच्या

वेगवान धबडग्यात साधी पारंपरिक बातमी भराभर ललितरम्य करायची म्हणजे कल्पनाविलास करता आला पाहिजे. सर्व संपादकवर्गाचा सगळा भार ललितीकरणावरच होता. आता प्रत्यक्ष 'दैनिक ललितवृत्त' सादर करत आहे.

दैनिक ललितवृत्त

वर्ष : १ अंक : अमुक, अमुक, अमुक (निरनिराळ्या तारखांचे)

मूल्य : अमुक रुपये, वगैरे वगैरे.

केशवसुतांचा अवतार

दिनांक : मराठी काव्यात नवयुग सुरू करणारे बंडखोर कवी केशवसुत (त्यांचं संपूर्ण नाव कृष्णाजी केशव दामले असल्याचं अधिकृत सूत्रांकडून कळतं. मराठीचे साक्षेपी समीक्षकही या नावाशी सहमत असल्याचे आमचे सदाशिव पेठेतले प्रतिनिधी श्री. कुलकर्णी कळवतात.) यांची 'तुतारी' ही कविता प्रसिद्ध आहे. केशवसुतांच्या काळात तुताऱ्या बाजारात मिळत नव्हत्या असं दिसतं. कारण केशवसुत पहिल्याच चरणात असं म्हणतात की,'द्या मज आणुनि एक तुतारी' यावरून तुतारी सहजासहजी मिळत नसावी. याउलट क्षत्रियकुलवतंस, गोब्राह्मणपतिपालक, भोसले कुलभूषण, सिंहासनाधीश्वर श्रीमच्छत्रपती शिवाजी महाराजांना १६७४ साली राज्याभिषेक झाला त्यावेळी रायगडावरच्या आणि त्या परिसरातल्या लोकांनी तुताऱ्या वाजवून आपला आनंद व्यक्त केला होता, असं आमच्या रायगडच्या वार्ताहरानं कळवलं आहे. वार्ताहर पुढं म्हणतो की, 'स्वप्राणाने फुंकीन मी'असं स्वत: केशवसुतांनी आत्मविश्वासपूर्वक सांगितलं.

केशवसुतानंतर खूप वर्षांनी, काँग्रेसचे वयोवृद्ध ('वयोवृद्ध काँग्रेसचे', असा पाठभेदही चालेल.) अध्यक्ष श्री. सीताराम केसरी यांनीसुद्धा जनतेकडे केशवसुतांप्रमाणेच मागणी केली आहे,'लोकहो तुम्ही मला सहकार्य करा आणि नेतृत्वाची हमी द्या; मी तुम्हाला केंद्रात आपल्या पक्षाचं सरकार आणून दाखवतो.' केशवसुत तुतारी मागत होते तर सीताराम केसरी नेतृत्वाची हमी मागत होते. मागण्यातसुद्धा केवढे वैचारीक साम्य आहे! 'ग्रेट मेन थिंक अलाईक' असं म्हणतात ते खरं आहे.

तिलोत्तमा आणि राजकारण

दिनांक : जगातील सर्व ठिकाणचं सौंदर्य तिळातिळानं जमा करून विष्णुनाभिकमलोद्भव ब्रह्मदेवानं एक अत्यंत सुंदर स्त्री निर्माण केली. ही सुंदर स्त्री म्हणजे स्त्रियांच्या सौंदर्याचा मानदंडच होता. कोणत्याही स्त्रीचं सौंदर्य नेमकं किती आहे हे या सौंदर्य मानदंडावरून मोजता येतं. पृथ्वीलासुद्धा असाच एक मानदंड

(म्हणजे मोजण्याची पट्टी) आहे. त्याचं नाव हिमालय आहे. कवि कुलगुरू कालिदास यानं 'कुमारसंभवा'च्या पहिल्याच श्लोकात 'स्थित: पृथिव्या इव मानदण्ड:' असं म्हटलं आहे. ही जी मानदण्ड सौंदर्यवती आहे तिचं नावही तिलोत्तमा असंच आहे. प्राचीन काळात असती तर देशोदेशीचे राजकुमार तिच्यासाठी अहर्निश झुरत राहिले असते. तिलोत्तमाच्या सौंदर्याचं वर्णन करायचं झाल्यास समुद्राची शाई केली आणि मेरू पर्वताची लेखणी केली तरी अपुरंच पडेल. शाईचा समुद्रही आटून जाईल आणि लिहून लिहून झिजल्यामुळे मेरू पर्वत जेमतेम बॉलपेनएवढा शिल्लक राहील. ही तिलोत्तमा किती सुंदर आहे असं इंद्राला विचारलं असता तो म्हणेल, 'हिच्यापुढं आमच्या रंभा मेनका उर्वशी म्हणजे मोलकरणी तरी ठरतील की नाही याची शंका वाटते. केतकीप्रमाणे वर्ण रेशमाप्रमाणं मृदू केशसंभार, काय काय सांगावं? नेत्रकमळ, नासिका, दंतपंक्ती, ओष्ठद्वय सर्वच अप्रतिम, एकमेवाद्वितीय होतं. ती रस्त्यानं चालली की संपूर्ण वाहतूक तिचे दर्शन घेण्यासाठी जागच्या जागी ठप्प होत असे.'

संध्याकाळची वेळ होती. भगवान सहस्त्ररश्मी अस्ताचलाकडे सोनेरी किरणांसह जात होता. पश्चिम दिशेला रंगाची उधळण झाली होती. पक्षी आपापल्या घरट्याकडे परतत होते. गायी पदकमलांची धूळ उडवत गोरज मुहूर्तावर घराकडे येत होत्या. ग्रामीण कन्यका आणि नवविवाहिता नदीच्या जलानं भरलेले कुंभ शिरकमलावर आणि कटीप्रदेशावर घेऊन स्वगृहाकडे राजहंसाच्या गतीनं जात होत्या. आकाशात चंद्रमा दिसत होता. त्याचं चांदणं अजून पडायचं होतं. घराघरातील माता, गृहिणी देवापुढं आणि तुळशीपुढं सांजवात लावून शुभंकरोति म्हणत होत्या. सर्व वातावरण कसं मंगलमय झालं होतं.

अशा संध्यासमयी तिलोत्तमा एकटीच तिच्या कारनं चालली होती. कार गावाबाहेरून जात होती. रस्ता वृक्षवल्लीनं भरगच्च असलेल्या भागातून जात होता. अशावेळी तिलोत्तमाची कार पंक्चर झाली. सगळा आसमंत तमोमय झाला होता. मन सांगत होतं, 'तमसो मा ज्योतिर्गमय' पण अंधारातून पंक्चर झालेली कार घेऊन जाणार तरी कशी? इतक्यात तिच्या पाळतीवर असलेले सात गुंड तिथे आले. रीतीप्रमाणे 'मारूती' कारमधून आले. मारूती कारमध्ये सात माणसं मावणं अशक्य होतं. तरीही एकाच उत्कट ध्येयानं (उत्कट ध्येय : त्या तिलोत्तमेवर सामूहिक बलात्कार) प्रेरित झाल्यामुळे ते कोंबून कोंबून बसले होते. त्यातला एकजण म्हणाला होता, 'आपण अँबेसेडरनं जाऊ या' पण बाकीचे म्हणाले, 'दरोडा, बलात्कार, हत्या आदी कृत्यांसाठी मारुती कारच वापरण्याची थोर परंपरा आहे.'

ते सात पुरुष तिथं आले. तिलोत्तमा एकटी आणि ते सात धटिंगण असं, सातास एक प्रमाण पडलं. काय करावं हा प्रश्न पडला. त्यातला एकजण म्हणाला,

'मित्रांनो, विचार कसला करता? एक तीळ सातजणांनी वाटून घ्यावा, ही तर आपली महान संस्कृती आहे. तीच थोर संस्कृती आपण इथं वापरू या.' त्या सात नराधमांनी एका पाठोपाठ एक अशा क्रमानं तिलोत्तमावर पाशवी बलात्कार केला. नंतर ते सात नरराक्षस मारुती कारनं पळून गेले. गुन्हेगार अजून सापडले नाहीत. तथापि त्यांच्यापैकी एका पाजी माणसाची डाव्या पायातली चप्पल सापडली आहे. त्याचप्रमाणे मारुती कारचा लाल रंग असावा असा पोलीस सूत्रानं अंदाज केला. या आधारावर सातही बलात्कारी सापडतील असा विश्वास पोलिसांनी व्यक्त केला आहे. असं घडायला नको होतं अशी प्रतिक्रिया एका सर्वसामान्य महिलेनं व्यक्त केली.

भाईचारा ते गाईचारा

हिंदीमध्ये भाईचारा म्हणजे बंधुभाव. हा भाईचारा तिकडे दिसून येतो. बिहारमध्येसुद्धा इतके दिवस भाईचाराच सगळीकडे होता. पण गेल्या पाच सहा वर्षांमध्ये बिहारमध्ये भाईचाराऐवजी गाईचारा हा नवीन पर्याय चांगलाच रुजला आहे. अक्षरांचे फेरफार असे होतातच. बुद्धकाळात आणि नंतर बुद्ध भिख्खूंचे अनेक विहार होते. या विहार शब्दावरूच सध्याचं बिहार हे नाव झालं आहे. मानव प्राणी अगदी रानटी अवस्थेत होता. त्याकाळी तो कंदमुळे, झाडपाला, गवत वगैरे खात होता पण धान्याचा शोध लागल्यावर मानवानं हा पशुआहार सोडून दिला. परंतु हजारो वर्षानंतर बिहारमध्ये मात्र पुन्हा एक हजार कोटी रुपयांचा गाईचारा (गाई म्हशींचा चारा) तेथील वरिष्ठ मानवानीच भक्षण करायला सुरुवात केली. अन्नापेक्षा हा गाईचाराच अधिक रुचकर, पौष्टिक आणि सहज उपलब्ध होणारा आहे. यामुळे तेथील राजकीय पुढाऱ्यांनी आपल्या पारंपरिक अन्न खाण्याच्या सवयी सोडून दिल्या आणि अत्यंत प्राचीन आदिमानवाच्या खाण्याच्या सवयीचं पुनरुज्जीवन केलं. यामुळे गाईचारा बिहारमध्ये मानवाचं खाद्य झाला. पशूंची उपासमार होत होती पण या राज्यात मानवी अन्नाचा तुटवडा पडणं कमी झालं. ही जमेची बाजू होय. 'अति सर्वत्र वर्जयेत्' असं अनुभवी माणसं सांगतात. ते या मंडळींनी ऐकलं नाही आपलं पोट केवढं, आपण गाईचारा खातो किती याचा काही मेळ? एक हजार कोटी रुपयांचा गाईचारा मानवी पोटाला कसा काय पचेल? शेवटी अजीर्ण झालं.

गृहस्वामींनी राज्यस्वामीनी

दिनांक : गृहिणी आहे तर घर आहे. गृहिणीला पत्नी, भार्या, दारा, जाया, सहधर्मिणी, अर्धांगिनी, गृहस्वामिनी, वामांगिनी इत्यादी शब्दांनी गौरवलं जातं. पत्नी एकच व्यक्ती असते पण दिवसभर ती विविध नात्यांनी आपल्या पतीबरोबर

वावरत असते. एकाच दिवसात पत्नी कोणकोणत्या भूमिका पार पाडते ते पाहा. संस्कृत श्लोक आहे. सहज अर्थ कळण्यासारखा आहे. पत्नी अशी असते : 'कार्येषु मंत्री, करणेषु दासी, भोज्येषु माता, शयनेषु रंभा, धर्माऽनुकुला, क्षमया धरित्री, भार्याच षड्‌गुण्यवतीह दुर्लभा.'

बऱ्याच पत्नी करणेषु दासी, शयनेषु रंभा वगैरे दोन तीन भूमिका पार पाडतात. परंतु बिहारचे भूतपूर्व मुख्यमंत्री लालूप्रसाद (मुख्यमंत्री डी फॅक्टो) मात्र याबाबतीत भाग्यवान आहेत. सहा गुण असणं दुर्लभ असं जरी वरील श्लोकात सांगितलं असलं तरी इथं अपवाद आहे. लालूप्रसाद यांची पत्नी मात्र सहा गुणांनी युक्त आहे. इतके दिवस ती पाच भूमिका व्यवस्थित पार पाडत होती. एक गोष्ट कमी होती. ती 'कार्येषु मंत्री' नव्हती. पण ती आता साधी मंत्रीच नव्हे तर मुख्यमंत्री झाल्यामुळे ती षड्‌गुणवती पत्नी झाली आहे. पती अडचणीत असताना त्याचं रक्षण करणं हे पत्नीचं कर्तव्यच आहे. हे जाणून आपली स्वयंपाकपाणी, गोठ्यातली कामं बाजूला सारून ती पुढं आली. पतिराज्ञा शिरोधार्या या वचनास अनुसरून तिनं आपल्या पतिदेवाचं मुख्यमंत्रीपद स्वीकारलं. तिला लिहिता वाचताही येत नाही तरीही पतीच्या अडचणीच्यावेळी ती राज्याची मुख्यमंत्री झाली. राज्य करायला माणूस शिकला सवरलेलाच असला पाहिजे असं मुळीच नाही. एवढा मोठा अकबर बादशहा, मोगलकुलावतंस शहेनशहा तो तर कुठं शिकला होता? तो पूर्णपणे निरक्षर होता. तरीही त्यानं झकास राज्य केलं. थोडथोडकं नाहीतर जवळजवळ हिंदुस्थानभर पन्नास वर्ष राज्य केलं. हा महान आदर्श डोळ्यांपुढं ठेवून त्या धर्मपत्नीनं राज्यकारभार सुरू केला. म्हटलेलंच आहे, 'महतां, पदं अनुधेयम्'. मोठ्यांच्या पावलावर पाऊल टाकून चालावं. त्याप्रमाणे लालूप्रसादाची पत्नी राबडीदेवी राज्यशकट हाकत आहे. वृषभशकट ते राज्यशकट अशी ही प्रगती आहे.

तस्कराच्या अटी

दिनांक : प्राचीन काळात म्हणजे पुराणकाळात वसिष्ठ वगैरे ऋषी राजांना अटी घालत असत. 'तुला पुत्रप्राप्ती व्हावी असं वाटत असेल तर माझ्या नंदिनी गाईची सेवा करावी लागेल.' असं वसिष्ठ ऋषींनी दिलीप राजाला सांगितलं होतं. वसिष्ठ ऋषी मोठे होते. दिलीप राजाही मोठा होता. दोघेही आदर्श होते.

पण हल्ली जमाना बदलला आहे. काश्मिरामधले अतिरेकी 'आमच्या सहकाऱ्यांना सोडा म्हणजे आम्ही पकडून ठेवलेले परदेशी नागरीक सोडतो.' असा दम ते सरकारलाच देतात. 'मला ठाम मारणार नाही आणि माझ्या सहकाऱ्यांना सोडून देणं.' या दोन अटी मान्य असतील तरच मी शरण येतो. कमाल आहे की नाही?

शरण येणाऱ्यांनी गयावया करून पाया पडायचं असतं. पण इथं दमदाटीचीच भाषा. शेवटी तामिळनाडू सरकार आणि कर्नाटक सरकार हे चंदन तस्कर वीरप्पन याला शरण आले. त्यांच्या अटी मान्य केल्या. एकच माणूस दोन दोन सरकाराना नमवतो म्हणजे खरंच ग्रेट असला पाहिजे.

चंदन म्हटलं की चंदनाचा दरवळणारा सुगंध जाणवतो, देव कोणताही असो, चंदनाच्या गंधाच्या बाबतीत सर्व देवांचं एकमत आहे. चंदनाचं तेल, चंदनी साबण, चंदनाचं गंध, सगळंच सुगंधी, चंदन परोपकारी झाड आहे. 'मना चंदनाचे परि त्वा झिजावे' असं समर्थ म्हणतात तर विराणीमध्ये एक संत म्हणतात, 'चंदनाची चोळी, अंग अंग जाळी' (पतीच्या / प्रियकराच्या विरहानं). चंदनाला धार्मिक कृत्यात फार मान आहे. मलयगिरीवर तर सगळी झाडं चंदनाचीच असल्यामुळे अतिपरिचयात अवज्ञा न्यायानं, 'मलये भिल्लपुरंध्री चंदनतरुकाष्टमिन्धनं कुरुते' असा प्रकार होतो. मलयगिरीवरच्या भिल्ल स्त्रिया स्वयंपाकासाठी सरपण म्हणून चंदनाचीच लाकडं वापरतात.

चंदनाविषयी एक काव्यमय कल्पना आहे. चंदन हे झांडामधलं कलावंत झाड आहे. कलावंताचं पालनपोषण समाजातील इतरांनी करायचं असतं. त्याचप्रमाणे चंदनाचं पोषण आजूबाजूच्या झाडांनी करायचं असतं. अशी कल्पना आहे की, चंदनाच्या मुळ्या जमिनीतलं पाणी स्वत: शोषून घेत नसून बाजूची झाडं ते काम करतात. रम्य कल्पना आहे.

वीरप्पनं आतापर्यंत लाखो रुपयांची चंदनाची तस्करी केली आहे. शेवटी तामिळनाडू सरकार आणि कर्नाटक सरकार वीरप्पनच्या अटी मान्य करणार असल्याचं समजतं.

वेश्यांचा मोर्चा

दिनांक : एक संतवचन आहे,'जगाच्या कल्याणा संतांच्या विभूती, देह कष्टविती परोपकारे'. किती उदात्त विचार आहेत. याचं मूर्तिमंत उदाहरण म्हणजे वेश्या! कारण वेश्याच आपला देह अक्षरश: कष्टवीत असतात. त्या आपला देह कष्टवतात यात जगाचंही कल्याण आहे. त्या नसत्या तर कामातुर पुरुषांनी सभ्य स्त्रियांवर अत्याचार केले असते. 'कामातुराणां न भयं न लज्जा' असं म्हटलेलंच आहे. त्याची प्रचिती आली असती. वेश्या आहेत म्हणून सभ्य स्त्रिया सुरक्षित आहेत असं असूनही वेश्यांची समाजात अवहेलना होते, उपेक्षा केली जाते. उलट त्यांनाच धंदेवाली म्हणून नावं ठेवली जातात. आपल्याला समाजात चांगलं स्थान मिळावं म्हणून काही वेश्यांनी सभ्य, प्रतिष्ठित मान्यवर लोकांच्या वस्तीत राहण्यासाठी

जागा मागितल्या. या मागंही त्यांचा उदात्त हेतू होता. वेश्यांची म्हणून जी वस्ती, जो विभाग असतो, तिथं दिवसाउजेडी किंवा रात्रीही जायला संकोच वाटतो. वाटणं साहजिकच आहे. सभ्य माणसं दिवसाउजेडी तिथं कशी बरं जातील. सभ्यपणा म्हणून काही चीज आहे की नाही, त्यांच्या वस्तीत जायला प्रतिष्ठित लोकांना सामाजिक पातळीवरचा संकोच वाटतो. कारण त्यांना नेहमी 'सन्मार्गा' नंच जायची सवय असते. शिवाय समर्थांनी सांगूनच ठेवलं आहे. 'नको रे मना कामना विषयाची' (कामवासना) त्यामुळे पंचाईत होऊन बसते. 'सज्जन, सभ्य, प्रतिष्ठित, मान्यवर, आदरणीय अशा पंचगुणमंडीत पुरुषांची सोय व्हावी या उदात्त हेतूनं काही वेश्यांनी अशा लोकांच्या वस्तीतच खोल्या घेतल्या होत्या. त्यामुळे या संतसज्जनांची केवढी सोय झाली. शेजारच्या सभ्य माणसाकडे जायचं नाटक करायचं आणि हिच्या दारावर टक्‌टक् करून लगेच आत घुसायचं.'

गीतेमध्ये संयमी महापुरुषांचं योग्याचं वर्णन केलेलं आहे. 'या निशा सर्व भूतानां तस्या जागार्ति संयमी, यस्यां, जाग्रती भूतानि, सा निशा पश्यते मुनेः' जेव्हा सर्वसामान्य लोकांची रात्र असते तेव्हा तेव्हा योगी, संयमी योगी याचा दिवस असतो. (तो जागा असतो) आणि ज्यावेळी सर्वसामान्य माणसं जागी असतात तेव्हा योग्यांची रात्र असते. वेश्यांचा व्यवसायच असा आहे की, जेव्हा सगळं जग दिवसा जागं असतं, तेव्हा वेश्या झोपलेल्या असतात, आणि रात्री जेव्हा जग झोपलेलं असतं तेव्हा वेश्या आपल्या देह कष्टवायच्या परोपकारी व्यवसायासाठी जाग्या असतात. अशा परोपकारी योगिनींचा मोर्चा होता.

त्यांच्याविरूद्ध तक्रार केली होती तथाकथित 'सभ्य' लोकांनी. हे 'सभ्य' त्यांच्याच वस्तीतील वेश्यांकडे लपत छपत जात असताना दुसऱ्या काही 'सभ्य' लोकांनी पाहिलं. त्यामुळे दुसऱ्या 'सभ्य' लोकांची वेश्यांकडे जायची अडचण झाली. म्हणून दुसऱ्या 'सभ्य' लोकांनी वेश्यांविरूद्ध पोलिसांत तक्रार केली. त्याविरूद्ध हा मोर्चा होता. हा मोर्चा परंपरेस अनुसरून 'काळा घोडा' जवळ अडविण्यात आला. त्यावेळी भगवान सहस्त्ररश्मी सूर्य अस्ताचलाच्या दिशेनं प्रवास करत होता. चित्तवृत्ती उल्हासीत करणारा शीतल वारा समुद्राच्या दिशेनं येत होता. अशावेळी मुख्यमंत्री स्वतः आले आणि एक समिती नेमण्याचे आश्वासन देऊन गेले. बंद गाड्यांतून 'सभ्य' माणसांना त्यांच्याकडे नेता आणता येईल काय याचाही ही समिती विचार करणार असल्याचं समजतं.

बँकेवर दरोडा

दिनांक : 'मातृवत परदारेषु परद्रव्येषु लोष्ठवत्' अशा दृष्टीनं संतसज्जन

वागत असतात. परस्त्रीकडे मातेसमान आणि परद्रव्याकडे मातीच्या ढेकळाप्रमाणे पाहात असतात. 'काय धनाचे आम्हा मुनिजना, अवघ्या आशा श्रीरामार्पण' असं महर्षी वाल्मिकींनी ग. दि. माडगुळकरांच्या 'गीत रामायणा'त म्हटलं आहे. 'परद्रव्य आम्हा मृत्तिकेसमान' असं इंद्रायणीकाठी असलेल्या देहू गावातील संत शिरोमणी तुकाराम महाराज यांनी म्हटलेलं आहे. 'ईशावास्य' उपनिषदात पहिल्याच मंत्रात 'मा गृध: कस्यचिद धनम' म्हणजे दुसऱ्याच्या धनाची अपेक्षा करू नये, असं म्हटलं आहे.

हे सगळं शिकलेल्या आणि नीतीमान लोकांना माहीत असतं परंतु ज्यांचं शिक्षण फार झालं नाही किंवा अजिबात झालं नाही आणि जे सत्यभाषी, नीतीमंत आणि सदाचारी नाहीत अशा दुराचारी लोकांना हे असले सदुपदेश कसे माहीत असणार? संत तुकाराम महाराजसुद्धा सांगून गेले की, 'जोडोनिया धन उत्तम व्यवहारे' पैसे चांगल्या मार्गानं मिळवा असं त्यांचं सांगणं होतं. समर्थ रामदासही म्हणाले होते की,'नको रे मना द्रव्य ते पुढिलांचे' (मना, दुसऱ्यांच्या द्रव्याचा अपहार करू नकोस) 'परद्रव्य आणि कान्ता परावी, यदर्थी मना सांडि जीवी करावी' (परद्रव्य आणि परस्त्री यांचा सर्वस्वी त्याग करावा) असी रामदासस्वामींनी सांगून ठेवलं आहे. परंतु सदा सर्वकाळ दरोडे घालणाऱ्या दुराचारी दरोडेखोरांना, ईशावास्य उपनिषद, तुकारामाची गाथा, मनाचे श्लोक वगैरे सन्मार्गदर्शक ग्रंथ वाचायला इच्छाही नसते आणि सवडही नसते.

सकाळ संपून मध्यान्हकाळ झाला होता. तेजोराशी असा सूर्यनारायण आकाशाच्या मध्यावर आला होता. नाना प्रकारचे लोक आपापल्या कामात रत झालेले होते. 'स्वे स्वे कर्मण्यभिरत: संसिद्धिं लभते नर' (आपापल्या कर्मात रत झाल्या की त्याला सिद्धी मिळते) असं योगेश्वर श्रीकृष्णानं गीतेमधल्या अठराव्या अध्यायातील पंचेचाळीसाव्या श्लोकात म्हटलेलं आहे. दरोडेखोरांना भगवद्गीता वाचायला वेळ कुठं असतो? भर दुपारी बारा वाजता, गजबजलेल्या मुख्य रस्त्यावरील एका मोठ्या बँकेत पाच दरोडेखोर वायुवेगानं घुसले. प्रत्येकाच्या हातात पिस्तुल होतं. पहिला बार हवेत उडवून दहशतीची वातावरणनिर्मिती केली. सर्व कर्मचारी भयभीत झाले. दरोडेखोरांनी भराभर हजारो रुपयांच्या नोटा ज्यांच्यावर 'सत्यमेव जयते' असं मांडुक्य उपनिषदातील वचन लिहिलं होतं. आपल्या मोठमोठ्या थैल्यात भरल्या आणि अवघ्या काही सेकंदात (जास्तीत जास्त एकोणसाठ सेकंद, त्यापुढं मिनिट सुरू होतं) ते पाच दरोडेखोर बाहेर उभ्या असलेल्या कारमध्ये बसून पसार झाले. 'मनोजवं मारुततुल्य वेगं' असं वर्णन ज्या मारुतीचं आहे अशा मारुती कारमधून पळून गेले. दरोडेखोर नक्की सापडतील, जातात कुठं? असं पोलीस सूत्रानं सांगितलं. समाजात चोर, खुनी, दरोडेखोर, बलात्कारी, भ्रष्टाचारी असे दुष्प्रवृत्तीचे लोक आहेत त्यांना 'मना

सज्जना, भक्तिपंथेची जावे, तरी श्रीहरि पाविजेतो स्वभावे, जनी निंद्य ते सर्व सोडूनि द्यावे. जनी वंद्य ते सर्वभावे करावे.' असा उपदेश सतत करून त्यांना सन्मार्गावर आणण्याचे कार्य राज्यातील साधुसंतांनी करावं असं आवाहन मुख्यमंत्र्यांनी यासंबंधीचं निवेदन करताना सांगितलं. साधुसंत कुठं कुठं असतील यांचा शोध घेण्यासाठी एक समिती नेमणार असल्याचं आश्वासनही मुख्यमंत्र्यांनी दिलं. या समितीत नेमायच्या सज्जनांचा शोध घेण्याचं कार्य प्रथम घेतलं जाईल असंही मुख्यमंत्र्यांनी सांगितलं.

कंडक्टरचा प्रामाणिकपणा

दिनांक : प्राचीन काळापासून ऋषिमुनी, साधुसंत, तत्त्ववेत्ते सतत सांगत आले आहेत की, सत्यानं वागा, तत्त्ववेत्ते तर ब्रह्म म्हणजेच सत्य आणि सत्य म्हणजेच ब्रह्म असं मानतात. 'सत्यं ब्रूयात' असं एक वचन आहे. 'सत्यमेव जयते' हे वचनही सुप्रसिद्धच आहे. 'बरे सत्य बोला यथा तथ्य चाला' हेही प्रसिद्ध आहे. खरे बोलणारा मुलगा जॉर्ज वाशिंग्टन हा पाठ्यपुस्तकातील धडा पूर्वी प्रसिद्ध होता. त्या धड्यावरून स्फूर्ती घेऊन त्या वेळचे बरेच विद्यार्थी पुढं बरीच वर्ष खरं बोलत होते. केरळ राज्य म्हटलं की तेथील रम्य वनश्री नेत्रकमळांसमोर येते. सगळीकडे नारळाची झाडं, सुपारीची झाडं, त्याचप्रमाणे काजू, फणस यांची झाडं, सुंदर समुद्र किनारा, प्रसन्न वातावरण सगळं सगळं दिसू लागतं. अशा केरळ राज्यात जन्मलेले आदि शंकराचार्य म्हणतात, 'ब्रह्म सत्यं जगन् मिथ्या' तुकाराम महाराज म्हणतात,'सत्यापरता नाही धर्म' आगरकर म्हणायचे, 'सत्य असेल तेच बोलणार आणि न्याय्य असेल तेच करणार' प्रत्येक कोर्टात पुढं कसंही बोललं तरी प्रारंभी सत्य बोलण्याची शपथ घ्यावी लागते. सत्य बोलत जावं, कारण सत्य बोलणारे लोक फारच थोडे असतात. म्हणून तिथं कॉंपिटिशन अजिबात नसते असा सत्य बोलणाऱ्या लोकांचा अनुभव आहे.

सत्य सदा बोलावं असं सगळेच सांगतात परंतु ते बोलतात मात्र असत्य. सत्य बोलण्याचा एक फार मोठा फायदा आहे तो म्हणजे आपण काय बोललो हे लक्षात नाही ठेवलं तरी चालतं. निदान या फायद्यासाठी तरी माणसानं सत्य बोलावं परंतु फारसं कुणाला पटत नाही. एका बस कंडक्टरला मात्र ते पटलं. तो सत्याचा पुरस्कर्ता होता. अगदी किरकोळ वस्तू जरी त्याला मिळाली तरी तो वस्तू तो ज्याची त्याला देतो.

प्रात:काळची थंड वेळ होती. सुखद वारा वहात होता. वातावरण प्रसन्न होतं. हवेत चिमण्या विहार करत होत्या. मध्येच एखादी खार सुर्रकन या झाडावरून

त्या झाडावर जात होती. रस्त्यानं निरनिराळी वाहनं जात येत होती. अशा वाहनांच्या गर्दीतूनच एक डबल डेकर बस जात होती. बसचा वर्ण जास्वंदीच्या फुलाप्रमाणे लाल होता आणि त्यावर सुवर्णासारखा एक पट्टाही होता. बसमध्ये विविध प्रवासी बसले होते. काही जणांचे शर्ट बगळ्याच्या पंखाप्रमाणे पांढरे शुभ्र होते तर काही स्त्रियांच्या साड्या नीलकमलाप्रमाणे निळ्या होत्या. तर कुणाच्या साड्या आरक्तवर्णी कमळाप्रमाणे लाल रंगाच्या होत्या. कुणाच्या पँटस लोहवर्णाच्या होत्या तर कुणाच्या पँटस हरितवर्णी होत्या. त्यामुळे बसमध्ये विविध रंगाचं एक इंद्रधनुष्यच तयार झालं होतं.

बस चालू होती कंडक्टर तिकिटं देत होता. तो सत्यभाषी असल्यामुळे उरलेले पैसेही तिकिटाबरोबर देत होता. तो आपलं कर्तव्यकर्म करत असतानाच त्याला काही तरी सापडलं. बोलून चालून तो प्रामाणिक कंडक्टर होता. तो बसमधील वरच्या मजल्यावरच्या सर्व प्रवाशांना मोठ्यानं म्हणाला, 'इथल्या प्रवाशांपैकी कुणाचं नोटांचं बंडल हरवलं आहे काय?' कंडक्टरचा हा कर्णमधुर आणि मनाला खूश करणारा प्रश्न सर्व प्रवाशांनी श्रवण केला. सर्वांनी क्षणभरच विचार केला आणि अचानक सर्वच प्रवासी ताडकन दुसऱ्या क्षणी उभे राहिले आणि तिसऱ्या क्षणी एकदम 'माझं बंडल हरवलंय' असं कोरसमध्ये म्हणाले, 'कंडक्टर बघतच राहिला. एकच बंडल पन्नास जणांचं कसं काय हरवेल? कंडक्टर म्हणाला, 'थांबा, घाई करू नका. मला पुरतं बोलू द्या. नोटांचं बंडल कुणाचं हरवलंय काय असं मी आता म्हणालो होतो. त्याच्यापुढचं ऐका. 'नोटा बांधण्यासाठी लागणारं रबरबँड फक्त मला इथं सापडलं आहे. कुणाचं असेल त्यानं घ्यावं.' फुरस्स! सगळेच्या सगळे प्रवासी सामुदायिकरित्या पडलेल्या चेहऱ्यानं खाली मान घालून बसले.

विश्वासघातकी स्त्री

दिनांक : स्त्री म्हणजे मांगल्याची मूर्ती, स्त्री म्हणजे मनुष्यमात्राची माता, स्त्री म्हणजे साक्षात पावित्र्य, स्त्री म्हणजे देवता, स्त्री म्हणजे क्षीरसागर, स्त्री म्हणजे अमृतकलश, स्त्री म्हणजे शालीनता, स्त्री म्हणजे नम्रता, स्त्री म्हणजे ऋजुता! स्त्रीचं वर्णन करावं तेवढं थोडंच आहे. मनुष्य प्राण्याच्या आयुष्याच्या शक्ती, धन आणि ज्ञान या तीन गोष्टी अत्यावश्यक असतात. त्या तिन्हींच्या देवता मात्र देव नसून देवी आहेत. शक्तीची देवी कालिका आहे, धनाची देवी लक्ष्मी आहे आणि ज्ञानाची देवी सरस्वती आहे, यावरून आपल्या परमपवित्र भारतीय संस्कृतीत स्त्रियांना केवढं मोठं स्थान आहे हे कळून येतं. मनू म्हणतो, 'यत्र नार्यस्तु, पूज्यन्ते रमन्ते तत्र देवता:' असा स्त्रीचा महिमा आहे. असं असूनही ज्या स्त्री जातीत महन्मंगल माता

जन्माला येते, पतिव्रता पत्नी जन्माला येते, स्वकुलभूषण कन्या आणि पतिकुलविभूषण भार्या जन्माला येते त्याच स्त्री जातीत वेश्या, अभिसारिका, गणिका, कुलटा जन्माला याव्यात हा दैवदुर्विलास आहे. काही स्त्रिया फसव्या असतात. दिवसा पतिव्रता असतात (पाठभेद : दिसतात) आणि रात्री निराळाच उद्योग करतात. अशा स्त्रियांचं वर्णन देववाणी संस्कृत भाषेत असं केलं आहे की,'दिवा पतिव्रता भूत्वा नक्तं (रात्री) च कुलटायते.'

काही स्त्रिया पतीला पत्ता लागू न देता आपल्या प्रिय व्यक्तीशी प्रेमसंबंध ठेवतात. अशीच एक घटना नुकतीच घडली असल्याचं आमचा वार्ताहर कळवतो. येथील उत्तर विभागात ही घटना घडली. प्रणयकुमार नावाचा एक तरुण उदास मुद्रेनं बसला होता. त्याचवेळी त्याचा मित्र त्याला भेटायला म्हणून आला होता. त्याला उदास पाहून मित्रानं विचारलं, "प्रणयकुमार काय झालं?" तेव्हा विषण्णपणे प्रणयकुमार म्हणाला,"शेवटी स्त्रियांची जात विश्वासघातकी असते हेच खरं!" काहीतरी कितव्या तरी नंबरचा प्रेमभंग झाला असावा हे लगेच मित्राच्या लक्षात आलं, त्यानं विचारलं,"काय झालं ते नीट सांग बघू, कुणी विश्वासघात केला?" दुसरी कोण? सुमित्रानं विश्वासघात केला."

"तो कसा काय?" मित्रानं विचारलं.

"सुमित्रा इतके दिवस माझ्याकडे राहिली आणि काल अचानक पुन्हा आपल्या नवऱ्याकडे रहायला गेली! याला विश्वासघात म्हणायचं नाही तर काय म्हणायचं?" प्रणयकुमार म्हणाला.

असंही चुंबन

दिनांक : चुंबन म्हणेज प्रेमावर केलेलं शिक्कामोर्तब, चुंबन म्हणजे प्रेमाचा स्टँप, 'चुंबन प्रेम वर्धनम' असे म्हणतात ते खरं आहे. गोविंदाग्रज आपल्या 'पहिले चुंबन' या दीर्घ कवितेमध्ये शेवटी म्हणतात. 'मनि चटका लावायासी, पाठवी दैव जणू त्यासी, एकदा, निशिदिनी, वाटते मनी, नित्य जन्मुनी, मरण सोसावे, परि पहिले चुंबन घ्यावे' चुंबनाची विशेषत: पहिल्या चुंबनाची महत्ता ही अशी आहे.

एक उर्दू कवी, त्याची (ती अप्राप्य) प्रेयसी, प्रेमदेवता किती नाजूक आहे. याचं वर्णन करताना म्हणतो, 'माझी प्रिया किती नाजूक आहे म्हणून सांगू? मी माझ्या स्वप्नात तिच्या तसबिरीतील गालाचं चुंबन घेतलं, आणि सकाळी पाहातो तो काय माझ्या प्रियेचे दोन्ही गाल लाजेनं लालेलाल झाले होते.' चुंबनाचा महिमा काही औरच आहे.

सुंदर स्त्री दिसली की तिचं चुंबन तरी घ्यायला मिळावं असं प्रेमीजनांना

नेहमी वाटतं. आमचा वार्ताहर कोर्टातील एका केसचा वृत्तांत देताना आपल्या बातमीत म्हणतो,

'वामनराव नावाचे गृहस्थ नावाप्रमाणेच बुटके होते, ते रस्त्यानं चालले होते, तिकडून एक ताडमाड उंच अशी तरुण स्त्री आली. काय झालं हे कळायच्या आत वामनरावांनी तिचं चुंबन घेतलं. अगदी भर रस्त्यात चुंबन घेऊन विनयभंग केल्याबद्दल तिनं वामनरावांवर कोर्टात केस केली. आमचा वार्ताहर पुढं असं कळवतो; दोघांची विषम उंची पाहून, वामनरावांनी त्या उंच बाईचं चुंबन तेही भर रस्त्यात घेणं अशक्य आहे असं न्यायाधीशाला वाटलं. न्यायाधीशांनी बाईला विचारलं, "बाई हे कसं शक्य आहे?" तुमची दोघांची उंची चांगली विषम आहे. दोघांच्या गालात आणि ओठात निदान अडीच तीन फुटाचं तरी अंतर असेल. एवढं अंतर काटून वामनराव तुमचं चुंबन कसं काय घेतील?"

त्यावर ती बाई म्हणाली, "चुंबन घेतलं हे खरं आहे, पण त्यावेळी मीच अडीच फूट खाली वाकले असेन."

झालं! बाईच्या या एका वाक्यावर वामनराव निर्दोष म्हणून सुटले.

बातमीची बातमी

दिनांक : समग्र स्त्री देहाचं तसंच तिच्या निवडक अवयवांचं वर्णन करणारे संस्कृत श्लोक पुष्कळ आहेत. वक्षस्थळांचं वर्णन करणं तर संस्कृत कवी सोडतच नाहीत. मग तो कालीदास असो किंवा आणखी कुणी असो. प्रत्यक्ष पार्वतीच्या या अवयवाचं वर्णनही कालीदासानं धीटपणानं केलं आहे. तसलं वर्णन संस्कृत काव्यात चालत असे. हल्लीच्या वृत्तपत्रातील बातम्या, वक्षस्थळ, स्तन वगैरे शब्द वापरणं शिष्टसंमत नाही.

या संबधीचीच ही बातमी आहे. काल रात्री झालेल्या दंगलीचा वृत्तांत आमच्या वार्ताहरानं लिहून काढला,'कालच्या दंगतील एका सुंदर तरुण स्त्रीवर गुंडांनी हल्ला केल्यामुळे तिची साडी फाटली, ब्लाऊज, ब्रेसियरही फाटली आणि तिच्या दोन्ही वक्षस्थळांना मोठ्या जखमा झाल्या. गुंड पळून गेला. पोलीस तपास करणार आहेत असं समजतं. नेमकं कुठे पळून जाणार आहे हे त्या गुंडानं जाताना सांगितलं असतं तर पोलिसांना तपास करणं सोपं गेलं असतं, असं पोलिसांचं म्हणणं होतं म्हणे.'

ही तयार केलेली बातमी त्यानं मुख्य वृत्त संपादकाला दाखवली. "बातमी नीट कव्हर केली आहे पण साडी फाटली, ब्लाऊज फाटला वगैरे नंतर तिच्या दोन्ही वक्षस्थळांना जखमा झाल्या हे जे लिहिलं आहे ना, तिथं बदल करा, आधीचं

सगळं लिहिल्यावर वक्षस्थळ हा शब्द खटकतो, तुम्ही काय करा, वक्षस्थळ शब्द काढून टाका आणि त्या जागी कसला तरी सूचक बदल करा.''

वार्ताहरानं यावर विचार केला, त्याला सुचलेला सूचक बदल करून त्यानं ते वाक्य खालीलप्रमाणे लिहिलं 'त्या तरुण स्त्रीच्या (,) (,) वर मोठ्या जखमा झाल्या होत्या.' हा सूचक बदल पाहून मुख्य वृत्त संपादक चक्रावून गेले. वक्षस्थळ शब्द परवडला पण त्याचं सूचक चित्र नको असं झालं. पुन्हा पहिली होती तशीच बातमी देण्यात आली.

कुटुंब लहान, सुख महान

दिनांक : कुटुंबसंस्था म्हणजे पुरुषाच्या पाठीचा कणा आहे, कुटुंबसंस्था आहे तोपर्यंत समाजपुरुषाचा पाठीचा कणा ताठ राहणार आहे. जे थोर उदारचरित पुरुष असतात त्यांची कुटुंबाची व्याख्या चार भिंतीपुरती मर्यादित नसते. त्यांची व्याख्या फारच व्यापक असते. 'उदार चरितानां तु वसुधैव कुटुंबकम्' असं ते मानतात. संपूर्ण पृथ्वी हेच एक कुटुंब आहे अशी त्यांची विचारधारणा असते. ज्ञानेश्वर महाराज हे निराळ्या शब्दात सांगतात, 'अवघे विश्वची माझे घर' असं ते म्हणतात. घर म्हटलं की तिथं कुटुंब हा शब्द अभिप्रेत असतोच. कुटुंबसंस्था आहे म्हणून समाज टिकून आहे. म्हणून तर घरोघर नवरा, बायको, मुलं अशांचे एकेक कुटुंब असतं. कुटुंबातला पुरुष हा प्रमुख असला तरी कुटुंबाला कुटुंबपण बायकोमुळं येतं. म्हणून बायकोला पर्यायवाचक शब्द म्हणून कुटुंब हा शब्द सर्रास वापरला जातो. कुटुंब म्हणजे फॅमिली आणि कुटुंब म्हणजे वाईफ हे अर्थ त्या त्या वेळी संदर्भ पाहून घ्यायचे असतात.

कुटुंब म्हणजे फॅमिली लहान, आटोपशीर असली हम दो हमारे दो एवढंच चौकोनी कुटुंब असलं की सुख महान मिळतं. देवादिकांनासुद्धा एक किंवा दोनच मुलं होती. रामाला लव आणि कुश अशी दोन मुलं होती. इंद्राला जयंत या नावाचा एकच मुलगा होता. तसेच शंकराला ही फक्त दोनच! षडानन आणि गजानन, देवांनी कुटुंबनियोजन चांगल्या प्रकारे केलं आहे.

कुटुंबनियोजनाचा प्रचार खेडेगावापर्यंत जाऊन पोहोचला होता. 'हम दो हमारे दो' 'दो या तीन बस', 'कुटुंब लहान सुख महान' अशा प्रचार घोषणा सगळीकडे होत होत्या. गावच्या सरपंचामार्फतच या घोषणा गावभर दिल्या जायच्या. या घोषणा कुटुंबनियोजन अधिकाऱ्यांनी मागंच सरपंचामार्फत देऊन ठेवल्या होत्या. पुन्हा ते कुटुंबनियोजन अधिकारी आले. रेड ब्राऊन कलरची पँट आणि त्यावर इन केलेला पांढरा शुभ्र शर्ट अशी वस्त्रं त्यांनी परिधान केली होती. निघतानाच दाढी

करून निघाल्यामुळे दाढी विवर्जित त्यांचं मुखकमल कमलपुष्पाप्रमाणे सदैव प्रफुल्ल असं दिसत होतं. त्या दिवशी कुटुंबनियोजन अधिकाऱ्यांनी खुलासा केला की, या भागातसुद्धा कुटुंबनियोजनाचं काम चालू आहे. त्या अधिकाऱ्यानं गावकऱ्यांची सभा बोलावली. अध्यक्षस्थानी त्यानं सरपंचाचीच योजना केली होती. सरपंच भव्य व्यक्तिमत्त्व असलेले होते. ग्रामीण ढंगाचं शरीर, भरघोस पिळदार मिशा, गुलाबी रंगाचा फेटा, मुखकमलात चर्वण चालू असलेलं पान, अंगात रेशमी झब्बा, कटिप्रदेशावर गावरान पद्धतीनं केलेलं धोतर आणि चरणकमलात करविरी पादत्राणं असं हे भव्य व्यक्तिमत्त्व अध्यक्षस्थानी बसलं होतं. सरकारी उपदेश ऐकण्यापूर्वीच त्यांना पाच पुत्ररत्नं आणि पाच कन्यारत्नं झाली होती. या दशप्रसूतीमुळे त्यांची धर्मपत्नी फारच अशक्त झाली होती. परिणामत: कृशही झाली होती. सरपंच घराण्याची आणखी वंशवृद्धी करण्यास असमर्थ झाली होती. सरपंचांचा द्वादशसंतती निर्मितीच्या संकल्पाची पूर्ती ती करू शकत नव्हती याची त्या महान पतिइच्छापरायण अर्धांगिनीला (आता खुद्द तिचंच अर्ध अंग शिल्लक राहिलं होतं) खंत लागून राहिल्यामुळे ती बांगड्या, गळ्यातला दागिना म्हणून घालत होती तर अंगठ्या, बांगड्या म्हणून घालत होती. यावरून तिच्या विलक्षण कृशतेची कल्पना येईल म्हणून तिनंच सरपंचाला दुसरा विवाह करून संकल्पपूर्ती करण्याचा उचित सल्ला दिला. सरपंचालाही आपली संकल्पपूर्ती होत सल्याचं समाधान वाटत होतं. सरपंचाचं वय त्यावेळी चव्वेचाळीस होतं. त्यानं लग्न केलं, घरात नवीन कुटुंब आलं या लग्नालाही दोन वर्ष होत आली होती.

व्यासपीठावर कुटुंबनियोजन अधिकारी आणि सरपंच बसले होते. अधिकारी प्रास्ताविक भाषण संपवताना गावकऱ्यांना उद्देशून म्हणाले, "कुटुंबनियोजनाचं महत्त्व आता सरपंच तुम्हाला सांगतील." हे वाक्य श्रवण करताच सर्व सभा जमेल त्याचप्रमाणे गालातल्या गालात ओठातल्या ओठात किंवा मिशीतल्या मिशीत हसत होती कारण कुटुंबनियोजन क्षेत्रातलं त्यांचं कर्तृत्व आणि पराक्रम सर्व ग्रामस्थांना गेल्या कित्येक वर्षांपासून ज्ञात होता. त्यांचा वंशविस्तार शुक्ल पक्षातील चंद्राप्रमाणे किंवा वयात येत असलेल्या तरुणीच्या शरीराप्रमाणे वाढत होता.

सरपंच ध्वनिवर्धक यंत्रापुढे उभे राहिले. ते म्हणाले, "कुटुंबनियोजन झालंच पाहिजे. सगळ्या गावकऱ्यांनी ते केलंच पाहिजे. 'हम दो हमारे दो' हा आदेश मी तरी पाळू शकलो नाही. तथापी मी एक घोषणा अनुभवानं सांगू शकतो की, 'कुटुंब लहान सुख महान' हे मात्र खरं आहे. कुटुंब लहान असलं की सुख महान असतं."

सर्व गावकरी आणि तो अधिकारी बघतच राहिले. अधिकारी उठून त्यांना म्हणाला, "तुम्ही हे प्रत्यक्षच दाखवा म्हणजे, या घोषणेचं महत्त्व लोकांनाही

पटेल.'' तेव्हा तिथंच बसलेल्या आपल्या द्वितीय पत्नीला व्यासपीठावर आणलं तिला आपल्या शेजारी उभं केलं. मग तिच्याकडे अंगुलीनिर्देश करून सरपंच म्हणाले, ''हे आमचे नवीन कुटुंब. वय आता सोळा आहे. कुटुंब तसं लहान आहे. सरकारी घोषणा 'कुटुंब लहान सुख महान' अशी आहे. याचा अनुभव मात्र मी घेत असतो.'' तिच्याकडे बघत सरपंच म्हणाले, ''सरकारचा हा आदेश मात्र पाळण्यासारखा आहे. या आदेशाबद्दल मी सरपंच या नात्यानं सरकारला धन्यवाद देतो.''

चोरटं प्रेम

दिनांक : पांढरपेशा वस्तीत परवा घडलेली घटना आहे. तिची बातमी व्हावी अशीच ही घटना आहे. काही घटना बातमी होण्याच्या योग्यतेच्या नसतात. सुशिक्षित लोक राहत असलेल्या वस्तीत वसंतराव आपल्या फ्लॅटमध्ये आपली पत्नी वासंती आणि सात वर्षांचा सुकुमार चुणचुणीत पुत्र कुसुमाकर राहत होते. वसंत ऋतुलाच कुसुमाकर असंही म्हणतात. आपण कशाकशातले कोण कोण आहोत हे सांगताना, गीतेत श्रीकृष्णानं आपण 'ऋतुनां कुसुमाकर' आहोत असं सांगितलं आहे.

वसंतरावांच्या घरात वरकामाला रामा नावाचा गडी होता. तो सच्छील, गळ्यात तुळशीची माळ घातलेला वारकरी होता. धुणीभांडी करायला शेवंता या नावाची रूपवती, चित्तहारिणी, मृगनयना अशी तरुण स्त्री होती. कुसुमाकरनं वत्सानं एक विलक्षण दृश्य बाथरूममध्ये पाहिलं आणि लगेच आपल्या महन्मंगल, प्रातर्वंदनीय मातेकडे येऊन सांगितलं, 'माते मी आता एक मजेशीर मनोवेधक दृश्य पाहिले. आपला रामा गडी आहे ना, तो शेवंताला जवळ अगदी जवळ घेऊन तिची पापी घेत होता, शेवंता हसत होती. रामा पुन्हा पापी घेत होता.'

हे ऐकताच वासंती संतप्त झाली. तिनं रामाला बोलावून त्याच्यावर शब्दाग्नीचा वर्षाव केला. 'लहान मुलापुढं दुसऱ्याच्या बायकोशी फाजीलपणा करायला लाज कशी वाटली नाही?' ती खूप खूप बोलली.

रामा म्हणाला, 'बाईसाहेब मी वारकरी आहे. गळ्यात माळ आहे. शेवंता मला धाकट्या बहिणीसारखी आहे. मी असं कसं करीन?' डोळ्यात पाणी आणून तो सांगत होता. चुणचुणीत कुसुमाकर तिथंच होता. तो हसत हसत टाळ्या वाजवून म्हणाला, 'एप्रिल फूल! एप्रिल फूल! रामाला एप्रिल फूल! रामानं शेवंताची पापी घेतलीच नव्हती मुळी!' मातेनं विचारलं, 'कुणी पापी घेतली?' कुसुमाकर म्हणाला, 'खरं म्हणजे बाबांनी शेवंताला घट्ट जवळ घेऊन पापी घेतली होती पण रामाला एप्रिल फूल करण्यासाठी त्याचंच नाव खोटं खोटं सांगितलं होतं.' हे ऐकताच

वासंतीनं आपलं करकमल आपल्या भाल प्रदेशावर आपटून घेतलं.

दैनिक 'ललितवृत्त' कसं होतं याची ही झलक आहे. 'ललितावृत्ता'मधल्या बातम्यात निसर्ग वर्णन, सुंदर वातावरण, थोरामोठ्यांचे बोल, काव्यमय कल्पना या आणि अशाच काही गोष्टींनी सुशोभित आणि वाङ्मयीन मूल्य असलेल्या बातम्या दररोज प्रसिद्ध होत होत्या. सुरुवातीला गंमत म्हणून लोक 'ललितवृत्त' घेत होते नंतर मात्र प्रत्येक लांबलचक, पाल्हाळ बातमी वाचून कंटाळले आणि नेहमीचीच वर्तमानपत्र घेऊन लोक वाचू लागले.

●●●

.१०.

इंटरव्ह्यू : नवीन चाल

हिंदुस्थानच्या स्वातंत्र्याचं हे सुवर्णमहोत्सवी वर्ष आहे. या पन्नास वर्षांत काय घडलं आणि काय काय बिघडलं याच्या जमाखर्चाचं वर्ष आहे. या जमाखर्चात बरंच काही घडलं आणि बिघडलंही बरंच काही. जमाखर्चाच्या शेवटी आज इतकी शिल्लक आहे असं लिहितात. आजची संध्याकाळची शिल्लक उद्याच्या जमाखर्चाची श्रीशिल्लक असते. काल शिलकेच्या बाजूला 'बिघडलं भरपूर' हीच आहे. आजची देशाची स्थिती कशी आहे. याचं प्रतिबिंब रोजच्या रोज वर्तमानपत्रातून दिसत असतं. भारतीय दंडसंहितेच्या चारशे वीस कलमापासून तीनशे दोन कलमापर्यंत सर्व कलमं वापरून वापरून बोथट होत आली आहेत. देशात हस्तिनापूर ते मुक्काम पोस्ट खेडेवाडीपर्यंत भ्रष्टाचाराची उतरंडच लागली आहे. सध्या कुणाला सज्जन म्हणावं हाच प्रश्न पडतो. कालचा 'झेड प्लस' ची सुरक्षा असलेला व्ही. व्ही. व्ही. आय. पी. सुद्धा आजचा चारशे वीस कलमाचा मानकरी ठरतो. कॅबिनेट रँकचे मंत्री मुक्काम पोस्ट तिहार कारागृह इथं मुक्कामाला असतात. देशाची आणखी काय बदनामी व्हायची बाकी आहे? आजची सर्व दृश्यं पाहिली की, या देशात, हरिश्चंद्र, श्रीराम, युधिष्ठिर, विक्रमादित्य, ज्ञानेश्वर, तुकाराम, शिवाजी होऊन गेले या गोष्टींवर विश्वास ठेवावा की नाही अशी शंका येऊ लागते. इतकी जंटलमन माणसं भ्रष्टाचारी देशात कशाला जन्माला येतील अशी शंका वाटू लागते.

भ्रष्टाचार, गुंडगिरी, खून, मारामाऱ्या, हिंसाचार,

बलात्कार, चोऱ्या, दरोडे, अफरातफर, अपहरण, फरारी, गायब अशाच गोष्टी प्रचंड प्रमाणात घडत असतात. खून कधी करायचा, कुठं करायचा, कुणी करायचा, आणि शिक्षा भोगायला भिकोबाला पाठवायचं हे सर्व पूर्वनियोजित असतं. दरोडा, बलात्कार, अफरातफर, चोरी, अपहरण कोणतंही अपकृत्य असू दे, या गोष्टी अतिशय विचारपूर्वक केलेल्या असतात. सगळीकडे रोज रोज हेच दिसतं, ऐकू येतं आणि वाचायला मिळतं. पैसे कोण खातो, किती खातो, कुणाकडून (किंवा कुणाकुणाकडून) खातो, कुणामार्फत खातो, कोणत्या स्वरूपात खातो इतकं प्रचंड जाळं, पैसे खाण्याच्या बाबतीत अफाट प्रमाणात पसरलं आहे. खून असो, स्मगलिंग असो, दरोडा असो, बलात्कार असो नाही तर पक्षान्तर असो सर्वत्र भ्रष्टाचार माजला आहे. रात्रंदिवस हेच बघायला मिळतं. शेवटी स्वप्नंही तसलीच पडतात. स्वप्नांत एक सोय असते. स्वप्नं खोटी असतात आणि स्वप्नात काहीही अकल्पित घडू शकतं, स्वप्नात जे दिसतं तो केवळ भास असतो. तरीही कधी कधी स्वप्नं बरंच काही सांगून जातात. अशीच काही स्वप्नं मी गोळा केली आहेत. त्यांची थोडीशी झलक इथं सादर करत आहे.

ही सगळी स्वप्नं निरनिराळ्या इंटरव्ह्यूंची आहेत. नोकरीसाठी किंवा राजकीय पक्षांच्या नेतृत्वासाठी किंवा निवडणुकीच्या तिकिटांसाठी किंवा आणखी कशा कशाचे इंटरव्ह्यू घेत आहेत आणि निरनिराळे उमेदवार साहेबांनी किंवा पक्षश्रेष्ठींनी विचारलेल्या प्रश्नांची उत्तरं देत आहेत. उमेदवारही सध्याची सामाजिक आणि राजकीय उलथापालथ लक्षात घेऊनच 'योग्य' ती उत्तरं देत आहेत. जुने इंटरव्ह्यू निराळे होते आणि स्वप्नांमधले हे नवे इंटरव्ह्यू निराळे आहेत.

इंटरव्ह्यू : १

(ऑफिसातले साहेब कारकुनाच्या जागेसाठी आलेल्या एका उमेदवाराचा इंटरव्ह्यू घेत आहेत.)

साहेब : तुमचं नाव?

उमेदवार : अमुक तमुक फलाणे.

साहेब : शिक्षण किती झालं आहे?

उमेदवार : बी. ए. आहे.

साहेब : बी. ए. कसं झालात? अभ्यास करून की कॉपी करून की, फुटलेल्या पेपराच्या आधारे की, डमी विद्यार्थी पेपर लिहायला बसवून की, परीक्षकाला पैसे चारून की, विद्यापीठाच्या कारकुनाला मार्कांची खाडाखोड

करायला लावून की, दुसऱ्याचं बी. ए. चं सर्टिफिकेट पळवून तेच खोटं नाव धारण करून की, बनावट, बोगस सर्टिफिकेट विकत घेऊन की, आणखी अन्य प्रकारे तुम्ही बी. ए. झालात?

उमेदवार : बोगस, बनावट सर्टिफिकेट विकत घेऊन बी. ए. झालो आहे.

साहेब : ओरिजिनल बोगस सर्टिफिकेट आणलं आहे का? शिवाय बोगस सर्टिफिकेटच्या झेरॉक्स कॉप्या आणल्या आहेत काय?

उमेदवार : येस सर, हे ओरिजनल बनावट बोगस सर्टिफिकेट आणि ह्या झेरॉक्स कॉप्या.

साहेब : बी. ए. ला तुम्हालाही फर्स्टक्लास मिळालेला दिसतोय.

उमेदवार : मी समजलो नाही सर.

साहेब : हिंदी सिनेमातल्या बहुतेक हीरोंनाही बी. ए. च्या परीक्षेत फर्स्ट क्लासच मिळालेला असतो. म्हणून मी म्हटलं की, तुम्हालाही फर्स्ट क्लास मिळालेला दिसतोय.

उमेदवार : सर, हिंदी सिनेमातल्या हिरोला बी. ए. ला फर्स्ट क्लास मिळायला काहीही करावं लागत नाही. सिनेमाची स्टोरी लिहिणाऱ्या लेखकानं,'माँ, मैं बी. ए. की परीक्षा मे फर्स्टक्लास मे पास हुआ' असा एक डायलॉग टाकलेला असतो तो डायलॉग माँ ला घट्ट मिठी मारताना बोलला की झाला बी. ए. फर्स्ट क्लास.

साहेब : तुम्ही फर्स्ट क्लास मिळवण्यासाठी काय केलं?

उमेदवार : सर बोगस सर्टिफिकेटांचे सुद्धा दर ठरलेले असतात. पास क्लास बी. ए. चं सर्टिफिकेट दोन हजार रुपये, सेकंड क्लास बी. ए. तीन हजार रुपये, हायर सेकंड क्लास बी. ए. पाच हजार रुपये, फर्स्ट क्लास आठ हजार रुपये

साहेब : म्हणजे बी. ए. च्या बोगस सर्टिफिकेटातील फर्स्ट क्लाससाठी तुम्ही आठ हजार रुपये भरले तर?

उमेदवार : येस, सर हल्ली सर्टिफिकेट दाखवल्यावाचून नोकरी मिळतेच कुठं? सर बी.ए.ला डिस्टिंक्शन मिळालं असतं. थोडक्या पैशात हुकलं.

साहेब : ते कसं काय?

उमेदवार : त्याचं काय झालं सर, डिस्टिंक्शनच्या सर्टिफिकेटला रेट दहा हजार रुपये आहे. सत्तर टक्केच्या वरच्या मार्कांचं मार्कलिस्ट सुद्धा देतात. माझ्याकडे कसे बसे नऊ हजार रुपये होते. म्हणून फर्स्टक्लासवरच समाधान मानावं लागलं. ही गेल्या वर्षाची गोष्ट आहे.

साहेब : सध्या तुमच्याकडे किती पैसे आहेत?

उमेदवार : सध्या माझ्याकडे पाच हजार रुपये आहेत. वर्षभर मटका लावून लावून कसेबसे जमवले. लॉटरीची तिकिटंही घेतली होती पण ते सगळे एक एक रुपये, राज्याच्या विकासासाठी कृष्णार्पण झाले. मटका मात्र मधून मधून लागत होता.

साहेब : कारकून म्हणून नेमून घ्यायला या ऑफिसचा रेट तुम्हांला माहीत आहे का?

उमेदवार : नक्की माहीत नाही पण तो पंधरा हजार रुपये आहे असं ऐकलं आहे.

साहेब : बरोबर आहे. सध्या दिवसेंदिवस महागाई वाढत चालल्यामुळे पंधरा हजार हा रेट लौकरच वाढवावा लागणार आहे. तुम्ही उरलेले दहा हजार रुपये कसे भरणार?

उमेदवार : सर पहिल्या तीन महिन्यांचा पगार तुम्हालाच देत जाईन काही बाकी राहिली तर चौथ्या महिन्याच्या पगारातून देईन.

साहेब : ठीक आहे. पण उरलेले पैसे वेळच्या वेळी नाही दिले तर नोकरीवरून काढून टाकीन.

उमेदवार : तसं होणार नाही साहेब. पण सर, एक विनंती आहे. मला कामासाठी ज्या टेबलाशी बसवाल तिथं दररोज बऱ्यापैकी पैसे खाण्याची सोय असावी. कारण घरात मी एकटाच कमावणारा आहे. गरिबासाठी एवढं करा आणि पैसे खायचं टेबल द्या. सर फार उपकार होतील.

साहेब : ठीक आहे. तसलंच टेबल देतो. पण त्या टेबलावर जास्तीत जास्त किती पैसे एका गरजू माणसाकडून खायचे, ते सीनियर क्लार्कला किंवा हेडक्लार्कचा विचारुन घे.

उमेदवार : होय साहेब. शिवाय माणूस आणि त्याची गरज बघूनच पैसे खात जाईन.

साहेब : एक लक्षात ठेवा, पैसा खाण्याचा मोह पुढं पुढं वाढत जातो. रेट एकदम एक हजार, पाच हजार हप्ता वाढवावा असं वाटतं. अशा वेळी गरजू माणूस पहिला हप्ता म्हणून चार पाचशे रुपये देतो आणि उद्या राहिलेले पैसे देतो असं सांगतो.

उमेदवार : सर, पैसे खाण्यात अशी उधारी ठेवलेली चालते का?

साहेब : अशा वेळी सावधगिरीनं वागायचं असतं. उरलेल्या नोटांवर अँटिकरप्शनच्या लोकांनी गुप्त खुणा केलेल्या असतात. खुणा केलेल्या नोटा त्या गरजू माणसानं तुम्हाला दिल्या रे दिल्या की, लपून बसलेले अँटिकरप्शनचे

लोक तुमच्यावर झडपच घालतात.

उमेदवार : त्यांतून सुटण्याचा मार्ग आहे का?

साहेब : हल्ली सगळीकडे पैसे चारणं, भरपूर पैसे चारणं एवढा एकच सन्मार्ग किंवा राजमार्ग आहे. 'द्रव्ये सर्वे वशा:' असं शास्त्रवचन विद्वान लोकांनी मागंच लिहून ठेवलं आहे.

उमेदवार : त्यासाठी काय करावं लागतं?

साहेब : गंगेच्या पाण्यानंच गंगेची पूजा, गुळाच्या गणपतीला गुळाचाच नैवेद्य अशा म्हणी आहेत. अँटिकरप्शनची पूजा त्याच पद्धतीनं करायची. खुणा केलेल्या नोटांचाच नैवेद्य दाखवावयाचा.

उमेदवार : सर, तुम्ही मला बहुमोल उपदेश केला आहे. 'शिष्यस्तेहं शाधि मां त्वां प्रपन्नम्' हे श्रीकृष्णा (अर्जुन म्हणतो) मी तुझा शिष्य आहे. तुला शरण आलेल्या मला शिकवं सर मीही तुम्हांला हीच प्रार्थना करतो.

साहेब : एवढा भारी संस्कृत श्लोक कुठून पैदा केला?

उमेदवार : सर संस्कृतच्या पेपरमधे भाषान्तरासाठी हा श्लोक आला होता. पेपर आधीच मिळाला होता. तेव्हा हा श्लोक आणि अर्थ घोकंपट्टी करून पाठ केला होता तेव्हापासून हा श्लोक उगीचच लक्षात आहे.

साहेब : लोक सुखासुखी पैसे देत नाहीत. त्यासाठी काय आयडिया करायच्या असतात त्या माहीत आहेत काय?

उमेदवार : नाही सर, तुम्हीच मार्गदर्शन करा.

साहेब : उद्या आणखी पाचशे रुपये देशील तर पैसे खाण्याची गुरूकिल्ली सांगतो.

उमेदवार : देतो सर, पण पैसे खाण्याची गुरूकिल्ली महामंत्र, सीक्रेट वगैरे जे काही असेल ते सांगा.

साहेब : प्रत्येक गरजू माणसाचं काम पेंडिंग ठेवायचं. हातच लावायचा नाही. दहा बारा खेपा घालायला लावायच्या मग पेपर्स साहेबाकडे आहेत म्हणून सांगायचं पुन्हा आला की साहेब, ऑफिसच्या कामाच्या दौऱ्यावर गेले म्हणून सांगायचं. नंतर साहेबांनी तुमच्या केसामधे काही ऑबजेक्शन काढली आहेत. असं सांगायचं. एव्हाना तो गरजू माणूस द्यायकुतीला येता आणि स्वत: होऊन पाचशे (किंवा कमी जास्त) देतो. पैसे खाण्याचर ही 'मोडस ऑपरेंडी' असते. लक्षात ठेवा.

उमेदवार : सर, माझी क्लार्कची नोकरी पक्की समजू का?

साहेब : ठरलेले सर्व पैसे आणून द्या. अपाँइटमेंट चार महिन्यांचा फुल पगार

मला दिला की, नोकरीच्या कन्फर्मेशनचं लेटर लगेच मिळेल.

उमेदवार : धन्यवाद साहेब. थँक्यू व्हेरी मच सर.

इंटरव्ह्यू : २

(पक्षश्रेष्ठी एका तरुणाची मुलाखत घेत आहे. हा तरुण निवडणुकीचं तिकिट मागण्यासाठी आला आहे.)

तरुण : नमस्कार साहेब.

पक्षश्रेष्ठी : (नुसतीच मान हालवून नमस्कार स्वीकारतात. आणि हाताच्या खुणेनं बसायला सांगतात.)

तरुण : आभारी आहे साहेब.

पक्षश्रेष्ठी : काम काय आहे, ते व्हायच्या आधीच आभार?

तरुण : मला बसायची खूण केली त्याबद्दल आभारी आहे.

पक्षश्रेष्ठी : नोकरीसाठी चिठ्ठी पाहिजे काय?

तरुण : नाही साहेब, मला निवडणुकीचं तिकिटं द्या. यासाठी नम्र विनंती करायला मी आलो आहे.

श्रेष्ठी : फार धाडसी दिसतोस. गचकन निवडणुकीच्या तिकिटालाच हात घातलास.

तरुण : साहेब निवडून आलं की जन्माचं कल्याण होतं म्हणून तिकिट मागायला आलो आहे.

श्रेष्ठी : निवडणुकीचं तिकिट म्हणजे कल्याण भिवंडीचं एस. टी. चं तिकिट आहे की लॉटरीचं एक रुपयावालं तिकिट वाटलं?

तरुण : निवडणुकीचं तिकिट भारी किंमतीचं असतं हे माझ्या कानांवर आलं आहे. तरीही ते तिकिट मला द्या अशी नम्र विनंती करायला आलो आहे. एका गरीब, 'जन्ते'ची सेवा करू इच्छिणाऱ्या माझ्यासारख्याला निवडणुकीचं तिकिट तुम्ही दिलं तर, निवडून आल्यावर मला'जन्ते' ची सेवा करण्याची संधी मिळेल. हल्ली, कुठं तरी निवडून आल्याशिवाय 'जन्ते' ची सेवा करायलाच मिळत नाही. हल्ली ही सगळी सेवा निवडून आलेल्या लोकांच्या हातात आहे.

श्रेष्ठी : तुझं नाव काय?

तरुण : अमुक तमुक फलाणे.

श्रेष्ठी : ठरावीक कोट्यातला आहेस काय?

तरुण : नाही साहेब. ही बाजू एकदम कमी आहे.

श्रेष्ठी :	पदवीधर वगैरे आहेस काय?
तरुण :	मुळीच नाही साहेब, पुढं कुठं तरी निवडून येऊन 'जन्ते'ची सेवा करायची हे सुखस्वप्न मी लहानपणापासून उराशी बांधून ठेवलं होतं.
श्रेष्ठी :	एस. एस. सी. फेल की पास? पास असलात तरीही काम होणं कठीण आहे.
तरुण :	सर, मी एस. एस. सी. फेल ही नाही आणि पासही नाही.
श्रेष्ठी :	म्हणजे? मी याचा अर्थ समजलो नाही.
तरुण :	साहेब, मी चौथीत नापास झाल्यावर लगेच शाळा सोडली. वडीलपण म्हणाले, 'छान केलंस. पुढं तू कुणी तरी मोठा माणूस होशील.'
श्रेष्ठी :	तुझ्या वडलांचा आशीर्वाद बरोबर आहे. पण हल्ली मोठा होण्याच्या मार्गात बऱ्याच अडचणी आहेत.
तरुण :	काय अडचणी आहेत त्या सांगा.
श्रेष्ठी :	तू अगोदर कोणत्या तरी पुढाऱ्यांचा जवळचा नातेवाईक असला पाहिजेस. मुलगा, पुतण्या, जावई, भाचा असं जवळचं नातं पाहिजे. त्यांच्या तिकिटाचा विचार आधी केला जातो. तुझं तसं नातं आहे का?
तरुण :	साहेब, मी कोणत्याच पुढाऱ्याचा मुलगा, पुतण्या, भाचा नाही. माझा सासरापण पुढारी नाही.
श्रेष्ठी :	मग जरा कठीण काम आहे. तू पुरुष आहेस. एखाद्या लोकप्रतिनिधीची बायको नाहीस. तिथंही जमण्यासारखं नाही.
तरुण :	बायको असतो तर काय झालं असतं?
श्रेष्ठी :	तो लोकप्रतिनिधी मधेच 'लोकसेवा' करता करता मेला तर, त्या मतदारसंघाचं तिकीट त्याच्या विधवा बायकोला दिलं जातं ते तुझ्या बाबतीत शक्य नाही.
तरुण :	खरं आहे साहेब. या जन्मी तर शक्य नाही. आणि समजा मी तुम्ही म्हणता त्याप्रमाणे बायको झालो असतो तर नवरा जाण्याची बेमुदत वाट पाहाणं हेच करत बसावं लागलं असतं.
श्रेष्ठी :	तू निवडणुकीचं तिकीट मागतोस खरं, पण तुझ्याकडे बऱ्याच गोष्टी नाहीत. निदान दहा पाच दरोडे तरी घातले आहेत काय. दरोडेखोरांना निवडणुकीची तिकिटं देण्यासाठी मोजके मतदारसंघ राखून ठेवले आहेत.
तरुण :	अजूनपर्यंत एकसुद्धा दरोडा घातला नाही. ते कधी जमलंच नाही. त्यासाठी भारीपैकी गँग लागते.

श्रेष्ठी :	खून, बलात्कार, बाईचं अपहरण वगैरे तरी केलं आहे? तसं केलं असेल तर तुझा थोडा फार विचार करता येईल.
तरुण :	यातलं काहीच जमलं नाही. एका स्त्रीवर बलात्कार करण्याचा प्रयत्न केला होता. पण ती बाई भलतीच शूर निघाली. 'पुन्हा माझ्या वाटेला गेलास तर मुडदाच पाडीन.' असा सॉलीड दम मला दिला. दुसरी एक बाई गटवली होती पण तिचा नवरा पहिलवान होता म्हणून तिचा नाद सोडला. एका मुलीचं अपहरण केलं होतं पण मी यायच्या आतच ती एस. टी. नं घरी परत आली. खून करणं मात्र अजिबात जमलं नाही.
श्रेष्ठी :	ही सगळी डिसक्वालिफिकेशन्सची यादीच तू सांगतोस. असल्या माणसाला तिकिट तरी कसलं द्यायचं? असलं काही बाही केलं नाही तर ग्रामपंचायतीचं तिकिट सुद्धा मिळणार नाही.
तरुण :	तुम्ही मनात आणलं तर शक्य होईल. निवडून आलो की, मला एकसारखी 'जन्ते'ची सेवा करायची संधी मिळेल. 'जन्ते'ची सेवा केली की दोन चार पिढ्या पुरेल एवढा पैसा मिळतो असं मी ऐकलं आहे. निदान मला जन्मभर पुरेल एवढा पैसा मिळाला तरी पुष्कळ आहे.
श्रेष्ठी :	ते बरोबर आहे. पण तुझ्यासारख्या 'श्रीयुत स्वच्छ' ला निवडणुकीचं तिकीट देऊन कसं चालेल. बाकीचे 'क्वालिफाइड' उमेदवार अन्याय, अन्याय म्हणून ओरडत येतील. लोकशाही धोक्यात, असंही सांगत सुटतील.
तरुण :	काही तरी करा. 'जन्ते'ची सेवा करून चार पैसे मिळवायची इच्छा आहे.
श्रेष्ठी :	बरं, गावात तरी काही सोशल वर्क केलं आहे का?
तरुण :	होय साहेब, चौथीतून शाळा सोडल्यावर मी गावभर भटकत होतो. त्यामुळे गावाचा जवळून अभ्यास करता आला. त्यातूनच 'सोशलवर्कर' म्हणून मीच माझी स्वतःची नेमणूक करून घेतली. सोशल वर्कर म्हणून मी माझा जम बसवला.
श्रेष्ठी :	सोशल वर्कर म्हणून कोणकोणतं सोशल वर्क केलं?
तरुण :	सात आठ वेळा 'गाव बंद' यशस्वीरित्या केलं. रिक्षावाल्याची हत्या झाली की रिक्षा बंद कार्यक्रम चार वेळा पार पाडला. निरनिराळ्या सार्वजनिक उत्सवासाठी सक्तीनं देणग्या वसूल केल्या. भूकंप, महापूर, दुष्काळ या निमित्तानं बेहिशेबी पैसे गोळा केले. असंच जमेल तसं सोशल वर्क केलं. सोशल वर्क केलं की चार पैसे मिळतात. कुणाच्या

ऑर्डरी मिळतील त्याप्रमाणे, सांगतील तिथं मोर्चे काढण्याचा कंत्राटं घेतली. त्यातून बरी कमाई होते. पादचाऱ्याची चूक असली तरी, मोटारीनं अपघात केल्यास, मोटार चालवणाऱ्याला बदडून काढण्यात मी नेहमी पुढाकार घेतो. इतर पब्लिकही मारझोड करू लागली की, मी तिथून निघत नसे आणि पुढं दुसरं सोशल वर्क करायला जात असे. मी तसं भरपूर सोशल वर्क केलं आहे. एक व्यापारी साखर नियंत्रित दरापेक्षा कमी भावानं देत नव्हता म्हणून त्या दुकानात अन्य सोशल वर्करसह घुसून साखरेची पोती बाहेर काढली आणि 'जन्ते'ला पाच रूपये किलो भावानं साखर विकली. साखर विकून जे पैसे आले ते आम्ही पाचही सोशल वर्कर्संनी आपसात वाटून घेतले काही झालं तरी ते श्रमाचे पैसे होते.

श्रेष्ठी : योग्य केलं. श्रमालाही प्रतिष्ठा असतेच. तुम्ही पैसे आपसात वाटून घेऊन श्रमाची प्रतिष्ठा राखलीत. शिवाय व्यापाऱ्यांनाही चांगला धडा शिकवला. बरं आणखी कसलं सोशल वर्क केलं?

तरुण : एक गोडाऊन फोडून तिथलं धान्य गोरगरिबांना दोन रूपये किलो भावानं विकलं. ते पैसेही श्रमाची प्रतिष्ठा राखण्यासाठी आम्ही आपसात वाटून घेतले.

श्रेष्ठी : अरे वा! तू आतापर्यंत खूप सोशल वर्क केलं आहेस. तूर्त मी तुला आमच्या पक्षाच्या शहर शाखेचा सेक्रेटरी करतो. मग पक्षाच्या कार्यासाठी देणग्या पुस्तकं घेऊन गावातून कमीत कमी तीन लाख रुपये जमवून दाखव.

तरुण : मग मला कसलं तिकिट मिळेल?

श्रेष्ठी : नगरपालिकेच्या निवडणुकीचं तिकिट देण्याची व्यवस्था मी करीन. त्यासाठी तू मला त्या तिकिटप्राप्तीचे दहा हजार रूपये वैयक्तिक स्वरूपाची देणगी किंवा दक्षिणा म्हणून दे.

तरुण : मी नगरपालिकेत निवडून आल्यावर, इन्व्हेस्ट केलेले पैसे वसूल होतील ना?

श्रेष्ठी : वत्सा, दामदुपटीनं वसूल होतील. कमीत कमी पाच वर्षं आहेत. शिवाय हल्ली नगरपालिकेच्या निवडणुका काही ना काही कारणानं लांबणीवर पडतात. आमचा पक्ष अधिकारारूढ झाला की, पाच वर्षांनंतर, दुष्काळ, महापूर, भूकंप, देशाची अस्थिर परिस्थिती अशा वाटेल त्या थापा मारून निवडणूक लांबवली जाईल. मग या कुरणात एकून सात आठ वर्षं सहज यथेच्छ चरता येईल.

तरुण : चरण्याचं एखादं उदाहरण सांगाल का?

श्रेष्ठी : समज आमचा म्हणजे आपला पक्ष अधिकारारूढ झाला की, पहिल्याच बैठकीत शहराचा मास्टर प्लॅन जाहीर करायचा. रस्ते रुंदीचा धडक कार्यक्रम जाहिर करायचा. एवढा नुस्ता संकल्प सोडला तरी पुरे. ज्यांची घरं, दुकानं, गोडाऊन रस्ता रुंदीत जाणार ती माणसं पैसे घेऊन मागे लागतील. आमचं घर वाचवा, आमचं दुकान वाचवा. या मास्टर प्लॅनच्या संकल्पातच तुझे तीन लाख वसूल होतील. हळूहळू मास्टर प्लॅन गुंडाळून टाकायचा. लोकही खूश होतील. पुढल्या कोणत्याही निवडणुकीत त्यांची मतं आपल्याच पक्षाला मिळतील.

तरुण : मला वरची बढती कधी मिळेल?

श्रेष्ठी : तालुका पातळी, जिल्हा पातळी याचे दर वाढते आहेत. राज्य पातळीवर आणि देश पातळीवरची तिकिटं पाहिजे असतील तर दहा लाख आणि पंचवीस लाख रुपयांचा बंदोबस्त आधी केला पाहिजे. पक्ष चालवायचा म्हणजे एवढा पैसा पाहिजेच.

तरुण : सध्या मला पक्षाचा शहर सेक्रेटरी करा. चार पैसे जमवले की मी तुम्हाला आणून देतो. मग मला नगरपालिकेचं तिकिट द्या.

श्रेष्ठी : ते माझ्याकडे लागलं, पण एक लक्षात ठेव. निवडून आलं की, लगेच 'जन्ते'ची सेवा सुरू कर. काय चार पैसे मिळायचे असतात. ते जन्तेच्या सेवेतूनच मिळत असतात. जन्ता आहे तर आपण आहोत.

इंटरव्ह्यू : ३

(थोरले लोकप्रतिनिधी आणि व्यवसाय करू इच्छिणारे धनिक लोक. थोरले लोकप्रतिनिधी बंगल्यातल्या सोफासेटासनावर (चाल : रत्नजडित सिंहासनाची) बसले आहेत. थोरले लोकप्रतिनिधी यांचा पी. ए. एकेकाला आतल्या दालनात सोडतो. एकेकाला इंटरव्ह्यू सुरू होतो. तो झाला की, दुसरा, दुसरा झाला की तिसरा अशा क्रमानं इंटरव्ह्यू होतात. बाहेरच्या हॉलमधे विविध व्यवसायातले धनिक लोक बसले आहेत. प्रत्येकाच्या हातात एकेक ब्रीफकेस आहे. इंटरव्ह्यू सुरू थोलोप्र (म्हणजे थोरले लोक प्रतिनिधी हे संक्षिप्त रूप लक्षात ठेवा.)

पीए : श्रीयुत अमुक (श्रीयुत अमुक आणि पीए आत जातात. श्रीयुत अमुक थोलोप्र यांना नमस्कार करतात आणि बसा म्हटल्यावर बसतात.)

अमुक : साहेब, एक विनंती अर्ज घेऊन आलो आहे.

थोलोप्र : तुमच्या फायद्याचा आहे की, जन्तेच्या फायद्याचा आहे? मी इथं जन्तेचा प्रतिनिधी आणि सेवक म्हणून बसलो आहे. मला आधी जनतेची सेवा केली पाहिजे.

अमुक : साहेब, माझंही तेच ध्येय आहे. व्यापारातून जनसेवा असंच माझं ध्येय आहे.

थोलोप्र : कसल्या व्यापारातून जनसेवा करणार आहात?

अमूक : साहेब, जनतेला नेहमी बसमधून, एस.टी. मधून, रिक्षामधून, टॅक्सीमधून, टेंपोमधून किंवा स्कूटर वरून मोटार सायकलवरून जावं लागतं. जनतेला लागणाऱ्या जीवनोपयोगी वस्तू ट्रक, लॉरी यामधून येत असतात. ही सगळी वाहनं जनतेच्या जीवनाशी निगडीत आहेत.

थोलप्र : या सगळ्या वाहनांची एजन्सी पाहिजे काय?

अमूक : साहेब गरिबाची चेष्टा करू नका. ही सगळी वाहनं पेट्रोलवर चालतात. मला फक्त तीन पेट्रोल पंपाची एजन्सी द्या. एक माझ्या मुलाला, दुसरी जावयाला आणि तिसरी मेहुण्याला म्हणजे बायकोच्या भावाला तीन निरनिराळ्या कंपन्याचे तीन पेट्रोल पंप दिले तरी चालतील. 'पेट्रोलमधून पब्लिक सर्व्हिस' असं ध्येय मी ठरवलं आहे. माझे वडील नेहमी म्हणायचे 'मुला, माणसानं कसलं तरी ध्येय ठेवलं पाहिजे.'

थोलोप्र : मर्जीतल्या लोकांना पेट्रोल पंप दिले की, पुढं मागं, ते पेट्रोल पंप हातचे जाण्याची भीती असते, हल्ली असं काही तरी घडलंय असं म्हणतात.

अमूक : पण साहेब, मी तुमच्या नात्यागोत्यातला नाही. तुमच्या जातीचाही नाही. त्यामुळे वशिल्याचा आरोप कुणीही करू शकणार नाही.

थोलोप्र : ठीक आहे. पण तुम्हांला पेट्रोल पंप देण्याचे रेट्स माहित आहेत ना? इराण कुवेत युद्धापासून आमचे पेट्रोल पंप देण्याचे रेटसही वाढले आहेत.

अमूक : जे काही रेट्स् असतील ते द्यायला मी तयार आहे.

थोलोप्र : मग काही हरकत नाही. व्यवहार कॅशमध्ये करायचा. कॅश छोट्या बॅगमधून आणायची. तीन छोट्या बॅगा आणा किंवा एक सूटकेस आणा. मिस्टर पीए.

पीए : येस सर.

थोलोप्र : यांना तीन पेट्रोल पंपाची एजन्सी द्यायची आहे. पेट्रोलपंपाच्या एजन्सीच्या बॅगचा 'साईझ' यांना सांगा आणि मिस्टर अमूक, त्या 'साईझ' च्या तीन बॅगा माझ्या पीएजवळ द्या. पुढचं सगळं माझे पीए करतील. बॅगा

लौकर आणून द्या.

अमूक : धन्यवाद साहेब, अशीच कृपादृष्टी असावी. (श्रीयूत अमुक जातात.)

थोलोप्र : मिस्टर पिए -

पीए : येस सर -

थोलोप्र : नेक्स्ट -

(पीए बाहेर येऊन, 'मिस्टर तमुक' असं नाव पुकारतो. मिस्टर तमुक आत जातात. नमस्कार करून बसतात.)

थोलोप्र : कसलं काम आणलंत, स्वार्थाचं की जनसेवेचं?

तमुक : साहेब, शेवटी प्रत्येक काम जनसेवेचंच असतं.

थोलोप्र : तुम्ही कशाच्या द्वारे जनसेवा करू इच्छिता?

तमुक : जनता म्हटली की तिला भूक लागणार, भूक म्हटली की अन्न लागणार, अन्न म्हटलं की ते शिजवायला इंधन लागणार, इंधन म्हटलं की कुकिंग गॅस लागणार, असं हे चक्र आहे. म्हणून जनसेवा, कुकिंग गॅसद्वारा करण्याचं मी ठरवलं आहे. अन्न हे परब्रह्म आहे. ते परब्रह्म शिजवण्यासाठी माझा हातभार लागावा अशी माझी मनापासून इच्छा आहे.

थोलोप्र : याचं तात्पर्य असं की, तुम्हाला एल. पी. गॅसची एजन्सी पाहिजे.

तमुक : सर, तुम्ही प्राचीन ऋषिमुनींप्रमाणे अंतर्ज्ञानी आहात. माझ्या मनातलं तुम्ही बरोबर ओळखलंत. 'गॅसद्वारा जनसेवा' करावी असं माझं एक गोड स्वप्न आहे. हे स्वप्न तुम्ही साकार करावं अशी नम्र विनंती आहे.

थोलोप्र : स्वप्न साकार व्हायला आधी काही गोष्टी कराव्या लागतात याची कल्पना असेलच.

तमुक : होय साहेब, देव प्रसन्न व्हायला देवापुढंसुद्धा दक्षिणा ठेवावी लागते. ही तर थोर धार्मिक परंपराच आहे. यात गैर असं काहीच नाही.

थोलोप्र : हुषार आहात. त म्हटलं की ताकभात असं ओळखणारे तुम्ही आहात. पीए. इकडे या.

पीए : येस सर,

थोलोप्र : हे पहा यांच नाव मिस्टर तमुक असं आहे. यांना इंधनवायू द्वारा जनसेवा करायची आहे. मराठीत सांगायचं म्हणजे, त्यांना एल.पी. कुकिंग गॅसची एजन्सी पाहिजे. मला वाटतं, हल्ली कुकिंग गॅसची एजन्सी द्यायच्या बॅगेचा आकार वाढला आहे.

पीए : येस सर, अगोदर वन् अँड फाइव झीरोज होता आता ते टू अँड फाइव

झीरोज झाला आहे. बॅगेचा आकार डबल झाला आहे.

तमुक : वन् अँड, टू अँड फाइव झीरोज म्हणजे काय?

थोलोप्र : पीए, त्यांना ही कोड लँग्वेज डिकोड करून सांगा आणि त्या साइजची बॅग आणायला सांगा. सध्या नातेवाईकांना गॅस एजन्सी द्यायची तात्पुरतं बंद केलं आहे. (कारण नातेवाईकांकडून 'बॅग' मिळण्याची शक्यता कमी)

पीए : आत या. (तमुक त्यांच्याबरोबर आत जातात.) हे बघा, टू अँड फाइव झीरोज साइझची बॅग म्हणजे ज्या बॅगेत दोनावर पाच शून्यं दिली असता होणाऱ्या रकमेच्या नोटा मावतील अशी बॅग आणा. सोप्या शब्दांत सांगायचं म्हणजे दोन लाख रुपयांच्या नोटा भरलेली बॅग घेऊन या गॅस एजन्सी घेऊन चला. साधा, सोपा, सुटसुटीत व्यवहार आहे. (बाहेर येतात)

तमुक : बरं आहे साहेब, मी निघालो.

थोलोप्र : पीएनं सगळं नीट समजावून सांगितलंय ना?

तमुक : होय साहेब. उद्या बाजारातून त्या साइझची बॅग आणतो आणि तिच्यात टू अँड फाइव झीरोज भरून तुमच्या पीएकडे देतो. धन्यवाद.

इंटरव्ह्यू: ४

(महालोकप्रतिनिधी यांना भेटायला मिस्टर अलाणे येतात. त्यांचा इंटरव्ह्यू महालोकप्रतिनिधीच्या बंगल्यात चालू आहे. खाली मलोप्र म्हणजे महालोकप्रतिनिधी)

अलाणे : नमस्कार साहेब.

मलोप्र : बसा, कसलं काम घेऊन आलात? जनसेवेचं काम असेल तर बोला. कुणाचंही वैयक्तिक काम मी करत नाही. कारण मला जनतेनं या जागेवर आणून बसवलं आहे. मी फक्त जनतेची बांधिलकी मानतो आणि फक्त जनतेचीच कामं करतो. 'जनसेवा हीच ईशसेवा'.

अलाणे : साहेब, मलाही लहानपणापासून जनसेवा करायचीच सवय लागली आहे. मी लहान बाळ होतो. रांगत होतो. तेव्हासुद्धा मी कसली तरी जनसेवा केल्याचं आई मला सांगत असे. रोजसुद्धा जनसेवा केल्याशिवाय मला अन्नच गोड लागत नाही.

मलोप्र : छान, लहानपणापासूनच तुम्हाला फार चांगल्या सवयी लागल्या आहेत.

बरं आता कसली जनसेवा तुम्हाला करायची आहे?

अलाणे : बॅगा तयार करण्याचा कारखाना सुरू करावा अशी माझी इच्छा आहे.

मलोप्र : उत्तम! कल्पना फार छान आहे. सुमारे पन्नास साठ वर्षांपूर्वी बॅगांना फार मागणी होती. मराठी नाटकातल्या पुरोगामी विचाराच्या तेजस्वी स्त्रिया नवऱ्याच्या गुलामगिरीला न जुमानता तडफदारपणे घराबाहेर पडत असत. असल्या 'घराबाहेर नाटकांची' लाटच आली होती. तेव्हा घराबाहेर पडताना नवऱ्याच्या घरातलीच बॅग कपड्यांनी भरून, ती बॅग हातात धरत असे आणि मागं वळून न बघता बाणेदारपणे घराबाहेर पडत असे. त्या काळात प्रत्येक नाटकात अशी एक बॅग लागायची तेव्हा बॅगांना फार मागणी होती.

अलाणे : साहेब, आता पन्नास वर्षानंतर बॅगांना फार मोठ्या प्रमाणात मागणी आहे. लहान मोठ्या आकाराच्या बॅगांची आज समजाला फार गरज आहे.

मलोप्र : कशासाठी लहान मोठ्या आकाराच्या बॅगा लागणार आहेत?

(अलाणे, स्वत:बरोबर आणलेली बॅग उघडून दाखवतो आणि पुन्हा बंद करतो. त्या बॅगेमधे नोटांची पुडकी असतात.) साहेब ही बॅग तुमच्यासाठी आणलेली आहे. याच सत्कार्यासाठी देशभर बॅगा लागतात. लोकप्रतिनिधी आणि शासकीय अधिकारी यांना त्यांच्या पदाप्रमाणे, योग्यतेप्रमाणे लहान मोठ्या आकाराच्या बॅगा लागतात.

मलोप्र : खरं आहे, 'बॅग द्या आणि काम घ्या' हा आजचा युगधर्म आहे. ही देशाची सध्याची संस्कृती आहे. देशाची ही गरज लक्षात घेऊन तुम्ही बॅगा तयार करण्याचे (युग) धर्मकार्यच करत आहात.

अलाणे : देशासाठी काही तरी करावं हे संस्कार, माझ्यावर लहानपणापासूनच आहेत.

मलोप्र : तुम्हाला माझ्याकडून नेमकं काय पाहिजे.

अलाणे : अद्ययावत पद्धतीचा बॅगांचा कारखाना काढायचा आहे. बिल्डिंग, मशिनरी, कच्चा माल, कर्मचारी वगैरे सगळं मिळून सुरुवातीला दहा कोटी रुपये तरी लागतील. माझ्याकडे तर या घडीला, एक पैसाही नाही. जे काही द्रव्य होतं ते मी आताच तुम्हाला दिलं आहे.

मलोप्र : आता दिलेल्या बॅगेचा आकार काय आहे?

अलाणे : या बॅगेचा आकार 'वन अँड सिक्स झीरोज' आहे.

मलाप्रे : ठीक आहे. ह्या बॅगा तुम्ही ज्या करणार आहात त्या जनतेसाठीच आहेत ना?

अलाणे : साहेब, हे काय विचारणं झालं? मलाही काही सामाजिक बांधिलकी आहे की नाही? माझ्या कारखान्यात तयार होणाऱ्या बॅगा प्रथम जनताच विकत घेणार आणि मग त्यात जे काही भरायचं ते भरून त्या बॅगा तुमच्यासारखे व्ही. आय. पी., मोठमोठे अधिकारी, लहान मोठे लोकप्रतिनिधी यांना आदरपूर्वक देणार.

मलोप्र : कारखान्यात तयार होणाऱ्या बॅगा तयार झाल्यावर मला कोणत्या साईझची बॅग देणार?

अलाणे : तुम्हाला कमीत कमी 'पाच आणि सहा शून्यं' या सेमीमेगा साईझची बॅग देईन.

मलोप्र : मग काही हरकत नाही. मी तुमचं दहा कोटी रुपयांचं कर्ज मंजूर करण्याची योग्य ती व्यवस्था करतो. सर्वात मोठी बॅग कोणत्या साईझची असणार आहे?

अलाणे : सर्वात मोठी ना? 'वन अँड सेव्हन झीरोज' साईझची असेल. ती बॅग महालोकप्रतिनिधीसाठीच असणार आहे. स्पेशल ऑर्डर आल्यावरच मी तशा प्रकारची बॅग बनवून देणार आहे. कारण ती बॅग देणारी पार्टीसुद्धा मजबूत असली पाहिजे.

मलोप्र : तर मग माझ्यापासूनच सुरुवात करा. एक मेगा बॅग तयार वन अँड सेव्हन झीरोज साईझची त्या एकाच बॅगेत सर्व द्रव्य ठासून भरा आणि माझ्या पी. ए. ला द्या. पी. ए. ला या बातमीचा इन्कार करून ती प्रेसकडे पाठवण्यास सांगा.

अलाणे : होय साहेब. पण तुम्ही खुर्ची सोडायच्या आत माझं निम्मं कर्ज फिटलं आहे असं काही तरी करा.

मलोप्र : तथास्तु! वत्सा तथास्तु!

●●●

.११.
विलक्षण वार्ता

वर्तमानपत्रात मधून-मधून चौकटीतून विलक्षण बातम्या येत असतात. विलक्षण बातम्यांचं मी एक बघून ठेवलं आहे. अशा बातम्या तिकडे कुठंतरी लांब लांब असलेल्या देशातील कुठल्या तरी गावात घडलेल्या असतात. त्या विलक्षण बातम्या दूरदेशात एवढ्याचसाठी घडतात की, त्या जवळच घडल्या तर लोक बघायला जातील आणि तिथं काहीच दिसलं नाही तर बातमी म्हणजे थाप वाटेल, म्हणून विलक्षण बातम्या नेहमी पाच/सहा हजार किलोमीटर लांब कुठं तरी घडतात. एका स्त्रीला एकाच वेळी फार तर जुळं होईल, अगदीच फार तर तिळं होईल. परंतु एकाच खेपेला 'पंचाळं' झालं, बाळ बाळंतीण खुशाल आहेत असं वाचलं तर आश्चर्य वाटेल. एका खेपेस पाच मुलं होणंच एकंदरीत अशक्य असतं. असली बातमी बहुधा दक्षिण अमेरिकेतील उरूग्वे देशातल्या खेड्यातील किंवा उत्तर आफ्रिकेतील सेनेगल देशातील गावामधली असते. इतक्या लांब कोण बघायला जातं?

आणखी एक बातमी घ्या 'रत्नागिरी जिल्ह्यातील राजापूरजवळच्या एका खेड्यात एक स्त्री प्रसूत होऊन तिला मुलगा झाला. या मुलाला जन्मतःच सोंड आहे. विशेष म्हणजे या मुलाचा जन्म गणेश चतुर्थीला झाला. त्याच्या दर्शनार्थ पंचक्रोशीतले लोक जात आहेत.' ही बातमी विलक्षण आहे. पण असं बालक रत्नागिरी जिल्ह्यात जन्मून चालणार नाही. त्यानं मंगोलियामधील एका डोंगराळ खेड्यात जन्मलं पाहिजे.

म्हणजे खऱ्याखोट्याचा प्रश्नच मिटला. उगीच आपलं राजापूरजवळ असं मूल जन्मून चालेल का? माणसं प्रत्यक्ष बघायला जातील. फार तर राजापूर हेच गाव ठेवायचं असेल तर ही बातमी मंगोलियामधील वर्तमानपत्रातून प्रसिद्ध झाली पाहिजे. कारण तिकडून राजापूर काही हजार किलोमीटर लांब आहे. त्यामुळे राजापूरची बातमी मंगोलियामधील लोकांना खरी वाटेल.

काही काही लोकांना चमत्कारिक बातम्या वाचण्याचा छंदच असतो. त्यात काहीतरी विचित्रपणा असतो. तर्कदृष्ट्या ही बातमी खरी असेल का याचा ते विचारच करत नाहीत. विलक्षण बातमी आहे ना, वाचल्यावर बरं वाटलं ना, झालं तर! खरी असो नाही तर खोटी असो, तर्कशास्त्र, निसर्गाचे नियम, शक्याशक्यता, वास्तवता वगैरे वगैरे सर्व काही गुंडाळून ठेवतात. अशा बातम्यांच्या वाचकांसाठी त्यांना वाचताना बरं वाटावं म्हणून मुद्दाम काही विलक्षण बातम्या देत आहे. चिकित्सक वाचकांनी बुद्धिवादी वाचकांनीही या बातम्या गंमत म्हणून वाचाव्यात. त्यांचे तार्किक विच्छेदन करत बसू नये. खरं तर या बातम्या चिकित्सक वाचकांसाठी नाहीतच. असो. आता काही विलक्षण बातम्या या वाचकांसाठी सादर करत आहे.

खग्रास चंद्रग्रहण सापडले

कैरो दि. : इजिप्तमधील नाईल नदीच्या मुखाजवळ टान्टा गावाजनजीक पुरातत्व विभागातर्फे प्राचीन वस्तूंच्या संदर्भात संशोधकांच्या मार्गदर्शनाखाली उत्खनन चाललं असता, क्लिओपात्रा हिच्या झग्याचा अवशेष सापडला. त्या शेजारीच ज्युलियस सीझरच्या तलवारीची मूठ आणि अंगठी सापडली. या दोन वस्तूंमुळे क्लिओपात्रा आणि ज्युलिअस सीझर यांच्या प्रेमप्रकरणावर अधिक प्रकाश पडेल असं संशोधकांचं म्हणणं आहे. आणखी काही मिळतं का हे पाहण्यासाठी पुढं खणण्यात आलं असता काहीच मिळालं नाही. यावरून क्लिओपात्रा आणि ज्युलियस सीझर यांचं प्रेम संपुष्टात आलं असावं असा निष्कर्ष संशोधकांनी काढला. (टीप : क्लिओपात्रा आणि संत कान्होपात्रा यांचं घराणं एकच असेल काय? कारण दोघींच्याही नावात 'पात्रा' आहे.)

उत्खनन चालू असताना याच टान्टा गावाजवळ संशोधकांना उत्खननात एक विलक्षण गोष्ट सापडली. चमत्कारच म्हणावा अशी ही विलक्षण गोष्ट आहे. इ. स. पूर्वी सात हजार वर्ष मागे, डिसेंबर महिन्यात खग्रास चंद्रग्रहण झालं होतं. चंद्र आकाशातून पृथ्वीवर टान्टा गावाजवळ येऊन आदळला. जोरानं आल्यामुळे चंद्र जमिनीत खोल जाऊन पडला. तो खग्रास ग्रहणातला चंद्र या संशोधकांना सापडला. सध्या जो चंद्र आहे, तो नंतर त्याच दिवशी लगेच आकाशात ठेवण्यात आला. हे

दोन चंद्र पाहिल्यावर 'मानापमान' नाटकातील धैर्यधराप्रमाणे, संशोधकांनाही, 'कोणता मानू मी चंद्रमा' असा गोड संभ्रम पडला. असं न्यूज एजन्सीच्या बातमीत म्हटलं आहे.

नळातून बर्फाची धार

स्वेर्नाया झेमलिया दि. : हे बेट रशियाच्या ताब्यात असून, सैबेरिया टंड्रा या मुख्य भू-प्रदेशापासून उत्तरेस सुटे आहे. ऐंशी अक्षांशावर हे बेट असल्यामुळे तेथे थंडी फार असते. म्हणून नळातून गरम पाणी देण्यात येतं. परंतु गेल्या तीन दिवसापासून थंडीचं प्रमाण इतकं वाढलं आहे की, सध्या नळातून पाण्याची धार येण्याऐवजी बर्फाची धार बादलीत पडते. घरोघरच्या नळातून बर्फाच्या धाराच वाहत आहेत.

शब्दही गोठले

नव्याण्णव अक्षांश - दि : आणखी एक अंशावर गेलं की उत्तर ध्रुवच आहे. सध्या तिथं दोन अमेरिकन संशोधक उत्तर ध्रुवाचं आणखी सखोल संशोधन करत आहेत. या संशोधनासाठी श्रीयुत जोशी आणि श्रीयुत कुलकर्णी हे दोन महाराष्ट्रीय तरुण इंडियातून येणार होते. परंतु श्रीयुत जोशी यांना दिवाळी अंकांसाठी कथा लिहायच्या होत्या आणि श्रीयुत कुलकर्णी यांना त्यावरील समीक्षण लिहायचं होतं म्हणून त्यांनी नकार कळवल्यावर दोन अमेरिकन संशोधक उत्तर ध्रुवावर गेले. तिथं कडाक्याची थंडी आहे. ते दोघे एकमेकांशी काय बोलत होते ते दोघांनाही कळत नव्हतं. याचं कारण तोंडातून शब्द बाहेर पडले रे पडले की, वरच्यावरच त्याचं बर्फाच्या खड्यात रूपांतर होऊन बर्फाळ शब्दांचा ढीग खाली पडत असे. यावर त्यांनी उपाय शोधून काढला. स्टोव्हवर तवा ठेवला. त्यावर एका संशोधकानं आपले गोठलेले शब्द ठेवले. गरम झाल्यावर शब्द वितळू लागले. मग त्या शब्दांत आवाज निर्माण होऊन पहिला संशोधक काय म्हणाला हे दुसऱ्याला कळलं. याच पद्धतीनं दुसऱ्या संशोधकाचं बोलणं पहिल्याला कळलं. शब्द तव्यावर ठेवून गरम करण्याची कल्पना त्यांना सुचली नसती तर मोठी चमत्कारिक परिस्थिती निर्माण झाली असती.

दक्षिण ध्रुवावर अफाट थंडी

अक्षांश एकोणनव्वद दि. : दोन संशोधक आणखी संशोधन करण्यासाठी अंटार्क्टिकावरील दक्षिण ध्रुवाला लागून असलेला ॲमडसेन स्कॉट या ठिकाणी संशोधन करत होते. हे संशोधकही अमेरिकन आहेत. ॲमडसेन स्कॉट हे ठिकाण

अमेरिकेचं संशोधन केंद्र आहे. सध्या तिथं फारच म्हणजे फारच थंडी आहे. साधं पाणी त्याचं तिथं लगेच बर्फात रूपांतर होतं. ही तर तिथली नेहमीचीच गोष्ट आहे. परंतु परवापासून थंडी खूप वाढल्यामुळे तिचा परिणाम अन्य गोष्टींवरही जाणवू लागला आहे. एक संशोधक आराम करत होता. त्यानं कागदावर सहज 'वॉटर' हा इंग्रजी शब्द लिहिला. लिहिल्याबरोबरच तो शब्द वाचू लागला तर त्यानं कागदावर चक्क 'आईस' हा शब्द वाचला. एका क्षणात वॉटर शब्दाचं आईस शब्दात स्थित्यंतर झालं.

●●●

·१२·

रूपक

उपमा, उत्प्रेक्षा आणि रूपक हा चढता क्रम आहे. उपमेत एक वस्तू दुसऱ्यासारखी आहे असं दाखवलं जातं. 'सावळाच रंग तुझा पावसाळी नभापरी' या ओळीत सावळा रंग कसा तर पावसाळ्यामधल्या ढगासारखा असं साम्य दाखवलं आहे. एवढंच, दोन्ही गोष्टी एकमेकांपासून दूर आहेत. उत्प्रेक्षा अलंकारात दोन्ही गोष्टी, 'जणू काही' या शब्दांमुळे अधिक जवळ येतात. कोंबड्याच्या शिरोभागी असलेला तांबडा तुरा जणू काही जास्वंदीचं उमलेलं फूलच वाटतं. आता रुपक! अमक्यासारखे किंवा जणू काही तेच याच्याही पुढं रूपकाचं कार्य आहे. दोन गोष्टीतलं साम्य, साधर्म्य दाखवताना उपमा-उत्प्रेक्षेपेक्षा रूपकात अधिक नजीकता नव्हे एकरुपता दाखवलेली असते. उपमेय आणि उपमान या दोहोत अभेद निर्माण झालेला असतो. तिथं रूपक अलंकार होतो.

संस्कृत भाषेत रूपक अलंकाराचं अनेक वेळा दर्शन होतं. संस्कृतोद्भव मराठी आदी भाषांमध्येसुद्धा रूपक अलंकार नेहमी वापरण्याची पद्धतच पडून गेली आहे. अगदी अडाणी माणूस सुद्धा कळत नकळत, अगदी सहज रूपकातून बोलत असतो. आपण आता बोललो तो रूपक अलंकार होतो हे त्याला अजिबात माहीत नसतं. तरीही रूपक अलंकार भारतीयांच्या अंगवळणी पडून गेला आहे. उपमेय आणि उपमान (ज्याला उपमा द्यायची ते आणि ज्याची उपमा द्यायची ते) यांची एकरूपता झाली की रूपक अहंकार होतो. "औंदा पीक सोळा आणे

आलं'' असं अडाणी शेतकरी म्हणतो. पण आपण आता रूपक अलंकारात बोललो याचा त्याला पत्ताही नसतो. संपूर्ण रुपया व्हायला सोळा आणे लागतात (लागायचे) यंदाचे पीक संपूर्ण आलं आहे. म्हणून सोळा आणे आणि पीक यांची एकरूपता शेतकरी सहज सांगून टाकतो.

संस्कृतमध्ये रूपक अलंकाराचं बरंच मोठं कंत्राट चंद्र आणि कमळ या दोघांना मिळालं आहे. या दोघांशिवाय रूपकाचं पान हालत नाही. संस्कृत काव्यात किंवा नाटकात चंद्र किंवा कमळ असावीच लागतात. एखाद्या सुंदर स्त्रीचं वर्णन करायचं झाल्यास कमीत कमी अर्धा डझन चंद्र आणि कमळं लागतातच. संस्कृतमधील स्त्रीचं मुख हे मुखकमळ तरी असतं किंवा मुखचंद्रमा तरी असतो. नेत्र हे नेत्रकमल तरी असतात, कर करकमल असतात. पद हे पदांबुज किंवा चरणारविंद असतात. मुख हे मुखचंद्रम्याप्रमाणेच मुखारविंद, मुखकमल सुद्धा असतं. मुख आणि चंद्रमा, मुख आणि कमळ एकरूप आहेत. त्याच्यात अभेद आहे. कमळाचं किंवा चंद्राचं रूपक वापरण्याचं कारण आहे ती मूळ तरुण स्त्री सुंदर आहे, कुलीन घराण्यातली आहे, शालीन आहे. तिच्या या अंगभूत गुणांच्या जोडीलाच कमळाचे गुणही जोडले तर अधिक शोभून दिसतं. चंद्र, चंद्राचा सौम्य प्रकाश, त्याची शीतलताही त्या स्त्रीच्या मुखावर आहे अशी कल्पना करता येते. मूळचं सौदर्य आणि कमळाचं सौदर्यं मिळून एकरूपता होते. म्हणून मुखचंद्रमा, नेत्रकमळ, करकमळ, चरणारविंद ही रूपकं सुप्रसिद्ध आहेत. चंद्र आणि कमळ यांची सौदर्यलक्षणं त्या स्त्रीच्या सौदर्यामध्ये एकरूप झाली आहेत.

हे सगळं सांगायचं कारण म्हणजे आपण तुम्ही आम्हीसुद्धा चिकार वेळा रूपक अलंकार वापरत असतो. अगदी सहज, कळत नकळत आपण रूपक अलंकार बोलून जातो. हल्ली तर नोकऱ्यांची आणि ऑफिसाची ठिकाणं भरपूर झाली आहेत. त्यामुळे रूपकाच्या कक्षाही चंद्रमा आणि कमळ यांच्यापुरत्याच मर्यादित राहिल्या नाहीत. हल्ली नवीन नवीन रूपकं भाषेत रूढ होतं आहेत. एखादी गोष्ट समोरच्याला सांगितली आणि त्याला ती गोष्ट लगेच, ताबडतोब न समजता बऱ्याच उशिरा समजते तेव्हा आपण त्याला उपहासानं म्हणतो, 'बंड्या, तुझी ट्यूब उशिरा पेटली वाटतं?' बंड्या सर्वसामान्य तरुण माणूस आहे. बंड्याचा मेंदू आणि ट्यूब यांची एकरूपता दाखवली आहे. असले रूपक अलंकार आपण नेहमी वापरत असतो. 'तिचा नवरा म्हणजे गुळाचा गणपती आहे' इथं नुसतं ऐदीपणे बसून राहाणं हे साम्य दाखवलं आहे. तसंच 'हिचा नवरा असा तर तिचा नवरा नंदीबैल आहे,' या अभिप्रायात नवरा आणि नंदीबैल यांच्यातील निर्बुद्धपणाची एकरूपता दाखवली आहे. 'डोक्यावरचा मणाचा धोंडा खाली उतरला' हा एक

रूपक अलंकार घ्या. श्यामरावांना आपल्या मुलीनं लग्न कसं होईल, कधी होईल, कुणाशी होईल याची रात्रंदिवस काळजी होती. शेवटी एकदाचं मुलीचं लग्न झालं. तेव्हा श्यामराव वरील वाक्य बोलले. मुलीच्या लग्नाचं लाक्षणिक ओझं हे मणभर वजनाइतकं प्रचंड असतं. या दोन ओझ्यातून रूपक अलंकार झाला आहे.

इंग्लिश भाषेतही उपमा वगैरे अलंकार आहेत. सिमिली, मेटाफर, पर्सनॉफिकेशन, ॲपॉस्ट्रॉफी, हायपरबोल, युफेमिझम, ॲपिग्राम, आयरनी, पन, मेटॉनिमी, सिनेक्डोमी ही काही नावं. त्यापैकी मेटॉफर म्हणजे रूपक अलंकार. 'कॅमल- ए शिप इन डेझर्ट', 'लाइफ इज ए ड्रीम' ही इंग्लिश रूपक अलंकाराची उदाहरणं आहेत. मेटॉफर अलंकार वापरला जातो. पण इंग्लिश माणसं ऊठसूट मॅटॉफर अलंकारात लिहीत नाहीत किंवा बोलत नाहीत. रूपक अलंकार ते मर्यादित स्वरूपात ठेवतात. आपला मुखचंद्रमा किंवा करकमल इंग्लिशमध्ये अनुक्रमे 'फेस मून' आणि 'हँड लोटस' करुन चालेल काय? नाही चालणार. संस्कृत नाटकात नायिकेला उद्देशून कमलाक्षी म्हटलं जातं. त्याचे इंग्लिश अक्षरशः भाषांतर 'लोटस आइड' असं करावं लागेल. त्या भाषेला रूपक अलंकार तसा फारसा मानवत नाही. आपण मात्र रूपकमय आहोत.

रेल्वेवरून आपण किती तरी रूपक अलंकार वापरत असतो. रामराव सांगत होते,'मध्यंतरी बऱ्याच अडचणींमुळे आमची संसाराची गाडी डिरेल झाली होती. जवळपास दीड वर्षानंतर गाडी पुन्हा रुळावर आली.' आणखी एक उदाहरण घ्या. 'हे काम करायला वरून ग्रीन सिग्नल मिळाला आहे.' 'बाबूरावांची बोलण्याची पंजाब मेल सुरू झाली की थांबतच नाही.' 'आपलं स्टेशन (आयुष्य संपूर्ण) आलं की त्या स्टेशनवरचा प्रवासी उतरून निघून जातो.' 'प्रत्येक माणूस जन्माला येतो ते 'रिटर्न तिकीट' काढूनच येतो.' 'रेड सिग्नलमुळे कामाची गाडी खोळंबून राहिली आहे.' 'जग ही एक आगगाडीच आहे.' रेल्वेवर आधारलेली आपण अशी कितीतरी रूपक अलंकाराची उदाहरणे देत असतो. हे रूपक अलंकार आधुनिक काळातले आहेत.

रेल्वेप्रमाणेच पोस्ट खात्यावरचे रूपक अलंकारही आपण नेहमी वापरत असतो. स्त्रियांसंबंधी काही रूपक अलंकार पहा. गोल साडी नेसणारी स्त्री म्हणजे 'बुक पोस्ट' 'नऊवारी साडी नेसणारी (कासोट्यासह) स्त्री म्हणजे पाकीट (गम लावून बंद केलेले) मंगळसूत्र घातलेली स्त्री म्हणजे रजिस्टर्ड टपाल. प्रेमपत्र धक्का खाऊन परत आलं की ते, नॉटपेड पत्र असतं. विवाहित लट्टबाजी म्हणजे रजिस्टर्ड पार्सल. पोस्टमन म्हणजे पुरुषाची डिलिव्हरी. अशी पोस्टावर आधारित उदाहरणं सांगता येतील. पोस्टातल्या मुलीचं साहेबावरच प्रेम असेल आणि आपली डाळ

तिच्याकडे शिजणार नाही हे लक्षात आल्यावर, पोस्टात तिच्या शेजारच्या टेबलाशी काम करणारा श्याम लुकतुके (कारकून) मनामध्ये म्हणेल, 'आयला! हे तर इन्शुअर्ड पाकीट आहे!'

बँकेत रूपक अलंकार आहेत. बंडूचं कुसुमवर प्रेम होतं. बंडूने तिचं प्रेम संपादन करण्यासाठी बऱ्याच लटपटी केल्या. बंडू आणि कुसुम दोघेही एकाच बँकेत कामाला होते. म्हणून प्रथम स्मित, मग हॅलो गुड मॉर्निंग असं करत करत मंद गतीनं प्रवास चालू होता. कुसुम हळूच अंदाज घेत होती. हळूहळू पुढं सरकू लागली. 'गुलाबाचं फूल आवडतं का?' असं बंडूने विचारल्यावर कुसुम म्हणाली,'आवडणाऱ्या माणसानं दिल्यावर का नाही आवडणार?' तेव्हा बंडू मनात म्हणाला,'माझ्या प्रेमाचा चेक वटला बरं का?' नंतर तो म्हणाला,'मागल्या खेपेला साऱ्यांच्या सोनालीला पत्र लिहिलं होतं. माझा पत्ररुपी चेक तिच्या प्रेमाच्या बँकेत वटलाच नाही.' 'सुहासचं सुषमावर प्रेम आहे. सुहासनं आपलं सगळं प्रेम सुषमाच्या हृदयात फिक्स्ड डिपॉझिटमध्ये ठेवलं आहे आणि सुषमा त्यावरील व्याजापोटी नियमीतपणे चुंबन देत असते.' बँकेवरचे रूपक अलंकार आणखीही देता येतील. शिक्षण पूर्ण होईपर्यंत लग्न करायचं नाही असं ठरवून मकरंद आणि मीनल यांनी आपापलं प्रेम एकमेकांच्या वचनांच्या सेफ डिपॉझिट व्हॉल्टमध्ये ठेवून दिलं.'

यावरुन असं स्पष्ट दिसून येतं की, आपण म्हणजेच सगळे लोक, सगळे लोक म्हणजे सुशिक्षित, अशिक्षित लोक नित्याच्या व्यवहारात अनेक वेळा रूपक अलंकार वापरत असतो. रूपक अलंकार तसा अतिशय लोकप्रिय आहे. असं असूनही, आपण आपल्या बोलण्यात रूपक अलंकार वापरत असतो, याचा बहुसंख्य लोकांना पत्ताच नसतो. आता यापुढं तरी रूपक अलंकाराकडे लक्ष देत जा, एवढंच सांगणं आहे.

●●●

.१३.
हाताचे चाळे

परमेश्वरानं फक्त मनुष्य प्राण्यालाच हात दिले आहेत. वानरांनाही हात आहेत असं वाटतं, परंतु ते पुढचे दोन पाय असतात. चालण्याव्यतिरिक्त आणखी दुसरं काही बाही करायचं असेल तर वानर, माकड पुढच्या दोन पायांना हात-पणा देतात आणि ते दोन पायही हातांनी करायच्या कामाचा अतिरिक्त भार सांभाळतात. वानराचे पुढचे दोन पाय हे पाय-कम हात असतात. माणसाचे मात्र शंभर टक्के हातच असतात. परमेश्वरानं माणसाला हात दिल्यामुळे. आपण हे योग्य केलं असं कधी कधी परमेश्वराला वाटतं तर, कधी कधी त्याला असं वाटतं की, आपण माणसाला हात देऊन फार मोठी चूक केली. माणूस आपल्या दोन हातांनी नाही नाही ते भयंकर उद्योग करतो. अशावेळी माणसाला हात हा अवयव दिल्याबद्दल परमेश्वराला पश्चात्ताप होत असणार.

बलात्कार, वस्त्रहरण, खून, मारामाऱ्या, शस्त्रनिर्मिती आणि त्यांचा वापर, काय काय म्हणून करावं? प्राण हा माणसाचा प्राण नसून हात हा माणसाचा---- प्राण आहे असं वाटावं इतका हाताचा प्रभाव आहे. समर्थ म्हणतात, 'सामर्थ्य आहे चळवळीचे, जो जो करील तयाचे.'' पण तेथे 'अधिष्ठान पाहिजे हातांचे!' हातांमध्ये सर्व प्रकारची कर्तुमकर्तुम शक्ती आहे.

इतकं सगळं असलं तरी हात जेव्हा निरुद्योगी असतात, तेव्हा हातांना फालतू चाळे करण्याची सवय असते. हे चाळे पाहून गंमत वाटते एवढा मोठा सिकंदर बादशहा फावल्या वेळात शेंगदाणे खात बसतो, वेळ मिळाला की नेपोलियन

शर्टची बटनं शिवत बसतो, कामाच्या व्यापातून मोकळीक मिळाली की कॉम्प्युटर-बादशहा बिलगेट चिक्की खात बसतो, हे असलं काही ऐकलं की कसंतरीच वाटतं. ॲटम बॉम्ब तयार करणारे हात, महायुद्ध लढणारे हात, चंद्रावर यान पाठवणारे हात असलंच काही बाही किरकोळ करत असले तर ती दृश्यं कशी दिसतील, ते प्रत्यक्षच पाहा.

कुणी तरी एक बाळकोबा किडमिडे या नावाचा माणूस आहे. या बाळकोबालाही परमेश्वरानं दोन हात दिले आहेत. बाळकोबा हातांचा फारसा उपयोग करत नाहीत, हेच दृश्य नेहमी दिसतं. परमेश्वरानं बाळकोबाला लोखंडी हात दिले असते तर ते एव्हाना गंजून गेले असते. हे बाळकोबा आहेत ना, त्यांना नखं कुरतडत बसण्याची सवय आहे. एक दृष्ट्या ही दातांची सवय आहे. पण नखं हातांना आहेत. नखं दातांखाली धरण्याचं काम बोटांना-पर्यायानं हातांनाच करावं लागतं. नखं कापायला नेल कटरची आवश्यकताच नाही. कुरतडली की झालं कटिंग.

हे सोन्याबापू गुळमुळे. रिकामटेकडा वेळ भरपूर आहे. घरचं बरं आहे. बायको नोकरी करते. त्यामुळे प्रत्येक दिवसाचे २४ तास, त्या २४ तासांना ६० नं गुणून आलेली मिनिटं, त्या मिनिटांना ६० नं गुणून आलेले सेकंद इतका संपूर्ण वेळ सोन्याबापूपुढं प्रत्येक दिवशी हजर असतो. काम काहीही नाही. त्यामुळे झोपून उठल्यापासून पुन्हा झोपेपर्यंत सोन्याबापू स्वस्थ चित्तानं एकच एक काम करत राहातात. नाकात बोट घालून 'कोरीव' काम ते करतात. अगदी तल्लीन होऊन करतात. त्यांचा हा आवडता चाळा आहे.

घारुअण्णा मुद्दल व्याजकरांच्या हाताचे चाळे निराळेच आहेत. मनाला गुदगुल्या करणारे आहेत. त्यांच्या डाव्या पायाला गुडघ्याच्या खाली, सुप्रसिद्ध गजकर्ण यानं कायमचीच वस्ती केली आहे. प्रत्येक 'रामबाण' मलम ही थोडा वेळ दिलासा देणारी वस्तू आहे, हे घारुअण्णंना मागंच कळून चुकलं आहे. त्वचाव्याधीवर मलम लावणं ही परंपरा असल्यामुळे तेही मधूनमधून त्वचा मलम लावतात. अर्थात ही तात्पुरती मलमपट्टी आहे. हे घारुअण्णांना माहीत असतं. घारुअण्णा देवाचे आभार मानतात. अशासाठी की, हाताला काही तरी चाळा पाहिजे ना! खाजवणं हा ब्रम्हानंदी टाळी लागणारा कार्यक्रम घारुअण्णा करत बसतात. डोळे मिटून एकदा का अप्रतिम उद्योग सुरु झाला की त्यांचं मन प्रमुदित होतं. ही त्वचाव्याधी खाजवत बसण्यात ब्रम्हानंद सहोदर आनंद आहे असं घारुअण्णा अनुभवू शकतात.

तात्या वळवडेकर यांना ताल धरण्याचा चाळा आहे. तात्या कुठंही असोत आणि हाताशी काहीही असो, लगेच त्या वस्तूचं तबलाकरण करुन ताल धरतात. समोर कुणी गात नसलं तरीही ताल चालूच. स्वत:ही गाणं गुणगुणत नाहीत. फक्त

ताल, हाताचा हा चाळा सतत चालू असतो. समोर टेबल असेल तर ते टेबलावर ताल धरतात. ऑफिसची फाईल असेल तर फाईलीवर ताल धरतात. आपण धरलेला ताल बरोबर आहे की चुकीचा आहे यांचही त्यांना भान नसतं आणि फारसं महत्त्वही वाटत नसतं. घरामध्ये ते पोळपाटावर. ताल धरतात, तालावर ताल धरतात. ताल धरण्यासाठी त्यांना काहीही चालतं. वस्तू साधारण सपाट असली म्हणजे झालं.

हे फाकडोजीराव फेटेबहाद्दर, फाकडोजीरावांनी अशा फक्कड आकडेबाज मिशा ठेवल्या आहेत की बघतच राहावं. मिशांची दोन्ही टोकं वरच्या दिशेला वळवून ती टोकं बोटांनी कुरवाळत बसण्यात फाकडोजीराव यांना विलक्षण आनंद होतो. त्यांचं सारं व्यक्तिमत्त्व मिशांच्या अक्कडबाजपणामध्ये सामावलेलं आहे. हाताचा अंगठा आणि तर्जनी यात मिशाचं टोक धरून कुरवाळणं हा फाकडोजीराव यांच्या दृष्टीने पृथ्वीवरचा सर्वश्रेष्ठ आनंद आहे. तासनतास ते कुरवाळत बसतात. आपण बाईमाणूस म्हणून जन्माला आलो असतो तर आपल्याला देवदुर्लभ अशा मिशा लाभल्या नसत्या. देवदुर्लभ असं एवढ्याचसाठी म्हणायचं असतं की, देवांना मिशा नसतात. (निदान चित्रांमध्ये आणि चित्रपटांमध्ये तरी तसं दाखवतात.)

स्वत:ला प्रतिशिवाजी, प्रतिसंभाजी, प्रतिरामदास, प्रतिटागोर, प्रतिटालस्टॉय समजणारे बरेच पुरुष उगीचच लांबलचक दाढी ठेवतात. नंतर काय होतं, त्या महापुरुषांचं कर्तृत्व केवढं आणि हे छबूराव आबूराव मेतकुटे यांचं शून्य कर्तृत्व कुठं. मग काय, दाढी कुरवाळत बसण्याशिवाय उद्योग काय? हनुवटीपासून गळा-छाती पार करुन पोटाच्या वरच्या सीमेपर्यंत येऊन पोहोचलेली, 'बढती का नाम दाढी' अशी ही दाढी छबूराव कुरवाळत बसतात. तो त्यांचा वेळ कारणी लागणारा चाळा आहे.

हे शंभूराव कुरमुरे. यांना दुहेरी चाळा आहे. निवांत बसले रे बसले की, दात कोरण्यानं दात कोरत बसतात. तिथलं कोरणं थोडा वेळ थांबवून, रुचिपालट म्हणून कान कोरण्यानं कानकोरत बसतात. एकाच तारेत गुंतवलेलं चांदीचं दात कोरणं आणि चांदीचं कान कोरणं शंभूरावांकडे सतत असतं. थोडावेळ दात नाही कोरले किंवा कान नाही कोरले तर शंभूरावांना चैनच पडत नाही. ऑफिसच्या टेबलातसुद्धा एक दात कोरणं कान कोरणं ठेवलं आहे. घरातून निघताना चुकून विसरू नये म्हणून दोन संच ठेवले आहेत. एक डोळा मिटून कान कोरता कोरता तल्लीन होणं ही एक परमअनुभूती आहे असं शंभूरावाचं मत आहे.

याशिवाय कुणाला बोटात बोटं उलट सुलट गुंतवत बसण्याचा चाळा आवडतो. हाताची बोटं एकमेकांत गुंतवून फक्त, एकदा डावा अंगठा पुढं एकदा

उजवा अंगठा पुढं हेच पुन्हा पुन्हा करत बसण्याचा चाळा कुणी कुणी करतात. हाताचे असे आणखी किती तरी चाळे सांगता येतील. त्यात तुमचीही भर घाला. म्हणजे आणखी एक चाळा वाढेल.

•••

.

www.ingramcontent.com/pod-product-compliance
Lightning Source LLC
Chambersburg PA
CBHW031207260626
47169CB00004B/1274
* 9 7 8 8 1 7 2 9 4 8 3 5 1 *